AF518529

ഗ്രീൻ ബുക്സ്

കുത്തും കോമയും

വിനോദ് അഗ്രശാല

തൃശ്ശൂർ ജില്ലയിലെ കൊടുങ്ങല്ലൂരിൽ ജനനം.
അച്ഛൻ: ചന്ദ്രവർമ്മ തമ്പാൻ, അമ്മ: മാലതിക്കുഞ്ഞമ്മ.
വിദ്യാഭ്യാസം: കൊടുങ്ങല്ലൂർ ഗവ. ഹൈസ്കൂൾ,
ഇരിങ്ങാലക്കുട ക്രൈസ്റ്റ് കോളേജ്,
തൃശ്ശൂർ ഗവ. എഞ്ചിനീയറിംഗ് കോളേജ്.
മുംബൈ, പൂനെ, ബാംഗ്ലൂർ എന്നിവിടങ്ങളിൽ വിവിധ
കമ്പനികളിലെ സേവനത്തിനു ശേഷം കഴിഞ്ഞ
പതിനഞ്ചു വർഷങ്ങളായി ഐ.ടി. കൺസൾട്ടിംഗ്
കമ്പനിക്ക് നേതൃത്വം നൽകി വരുന്നു.
കഥ, കവിത, ലേഖനങ്ങൾ തുടങ്ങിയ എഴുത്തിന്റെ
മേഖലകളിലും, ഗാനരചന, സംഗീതം, ആലാപനം
തുടങ്ങിയ കലാമേഖലകളിലും സജീവപ്രവർത്തകൻ.
അദ്വൈതം, ഗീത, വേദാന്തം, ബുദ്ധിസം തുടങ്ങിയ
ദർശനങ്ങളിലും അവയിലൂന്നിയുള്ള സത്യ,
ആത്മാന്വേഷണങ്ങളിലും തൽപ്പരൻ.
കൃതികൾ: ജ്യോതിർഗമയ - വെളിച്ചത്തിലേക്ക്
നയിക്കുന്ന കഥകൾ, Jyothirgamaya - Enlightening Stories,
അദ്വൈത വീക്ഷണം സി. രാധാകൃഷ്ണൻ. (സമ്പാദകൻ),
'പ്രബുദ്ധകേരളം' മാസികയിൽ കവിതകൾ, ലേഖനങ്ങൾ.

Email: vinodka@gmail.com

നോവൽ

കുത്തും കോമയും

വിനോദ് അഗ്രശാല

ഗ്രീൻ ബുക്സ്

green books private limited
gb building, civil lane road, ayyanthole,
thrissur- 680 003, kerala, ph: +91 487-2381066, 2381039
website: www.greenbooksindia.com
e-mail: info@greenbooksindia.com

branches:
thrissur 8589095302
thiruvananthapuram 8589095301
calicut 8589095307

malayalam
kuthum komayum
novel
by
vinod agrasala

published november 2024

printed in india

isbn : 978-93-48125-97-2

₹ 120.00
GBPL/1399/2024

"ഹെയ്... എന്തൂട്ട്ണ്....?
തൃശ്ശൂര് ഭാഷ്യേണോന്നാ?
തൃശ്ശൂർ ജനിച്ച് വളർന്ന്
ഈ ഇട്ടാവട്ടത്തീ ജീവിച്ച മ്മള് പിന്നെ
ഏത് ഭാഷേല് മ്മടെ കഥ പറയാനാണ്ന്ന്?
ഒരു പ്രശ്നോല്ല്യാന്ന്, ങ്ങള് കേറി വായോ...
മ്മക്ക് പൊളിക്കാട്ടാ!"

ഭാഗം ഒന്ന്

കുത്ത്

എന്ന അനുമാനം

ഇരുട്ടിലേക്ക്

ന്തൂട്ടാ പറയാ? ഠിം ന്നാ തീർന്നു, എല്ലാം...

സത്യം പറഞ്ഞാ, ജീവിതത്തില് ഇത് വരെ അനുഭവിക്കാത്ത നല്ല അടാറ് പെയിൻ... പെയിൻന്ന് വച്ചാ, പൊറകീന്ന് ഒരു വടിവാള് കേറിയെറങ്ങണ പോലെ ന്നൊക്കെ പറയാം.

ഈ വടിവാള് കേറിയെറങ്ങീത്ന്ന് ഒരോളത്തിന് വച്ച് ചാമ്പീതണ് ട്ടാ, അങ്ങന്യൊക്കെ കേട്ടിട്ട്ള്ളതല്ലാണ്ടെ അയ്നെപ്പറ്റി എന്തെങ്കിലും ഒരു നേരിട്ട് ള്ള അനുഭവോ വെവരോ, മ്മക്ക് ല്ല്യ.

കാര്യം ഒരു ബെസ്റ്റ് കുത്ത് കേസ് ആവണ്ട സെറ്റപ്പായിരുന്നു. അതിന്റെടേല്, മ്മള് ചെറ്തായി ഒന്ന് വീണതണ്... രണ്ടാം നെലേന്നായതോണ്ട് സംഗതി കളറായി.

ദൊന്നും പോരാണ്ട്, വാർക്കപ്പണി നടക്കല്ലേ, ലോകത്ത്ള്ള സാധനങ്ങളപ്പിടി ആ പറമ്പില്ണ്ടാര്ന്നല്ലോ. എവ്ടേക്കണ്, എന്ത് മ്മല് പോയണ് അടിച്ച് വീണത്, ന്നൊന്നും ഒരു പിടീല്യ.

അപ്പത്തന്നെ ഓർമ്മല്ല്യാണ്ടായതു നല്ല കുരുത്തായിട്ടാ. എന്റമ്മോ! അല്ലെങ്കിൽത്തെ കാര്യം ഓർക്കുമ്പത്തന്നെ പേട്യാവണ് ചങ്ങായി.

രസതല്ലാന്ന് ഇപ്പ മ്മടെ സ്ഥിതി ന്താന്ന് മ്മക്ക് തന്നെ ഒരു പിടീംല്ല്യാ.

പടായി തലയ്ക്ക് മോളില് ആത്മാവോ, പ്രേതോ വല്ലോം ആയിട്ട് നിക്ക്ണതാണൊ ആവോ!

എന്തായാലും, മൊത്തത്തിൽ ഇരുട്ട്ണ്.

പടായിണ്ടെങ്കീ മ്മള് നരകത്തിലേയാവൊള്ളൂ.

ഹേയ്... മ്മള് അത്രയ്ക്ക് പാപങ്ങള് ചെയ്ത് കൂട്ടീട്ട്ണ്ട്ന്നല്ലാട്ടാ അതോണ്ടല്ല, മ്മള് മറ്റേ സ്വർഗ്ഗത്തില് ആയിര്ന്നെങ്കീ, ഇത്രേം ഡാർക്കാവില്യാലൊ. അങ്ങന്യെല്ലല്ലോ, മ്മള് കേട്ട്ട്ള്ള സ്വർഗ്ഗത്തിന്റെ ഒരു സെറ്റപ്പേയ്... അതണ് ഉദ്ദേശിച്ചത്.

ഇനീത് അങ്ങട്ട്ള്ള പോക്കാണൊ, ആവോ? ഇങ്ങനെ ഇവടൊക്കെ ഇര്ട്ടത്ത് കൊറ്ച്ച് ചുറ്റിക്കറങ്ങീട്ടാണാവോ അങ്ങട്ട്ള്ള പോക്ക്?

ആർക്കറിയാം... മുൻപരിചയൊന്നുല്ല്യല്ലോ!

അതോ, മ്മടെ കണ്ണ് അടിച്ചു പോയതാവ്വൊ? കണ്ണൊന്ന് തൊറക്കാൻ നോക്കീട്ട് പറ്റണുല്ല്യ.

ഏയ്, ഇത് കേസ് മറ്റേതന്നെ; മ്മടെ കാറ്റുപോയി!

കൈയും കാലും അനക്കാൻ നോക്കിപ്പളല്ലേ, മ്മടെ ബോഡ്യന്നെ ഇല്ല്യാന്നാ മ്മക്ക് തോന്നണത്. ണ്ടാവില്ല്യല്ലൊ. ആത്മാവാവുമ്പോ ബാക്കീള്ളോർക്ക് കെട്ടിപ്പിടിച്ചു കരയാനും, കത്തിക്കാനോ കുഴിച്ചിടാനോ ആയ്ട്ട് ആ ബോഡി അവ്ടെ ഇട്ട് കൊടുത്തിട്ടാണല്ലോ മ്മടെ ഒരു പോക്ക്.

അപ്പൊ, ആ കാര്യം വെടിപ്പായി!

ഒര് മിൻറ്റ് ട്ടാ.. മ്മടെ പേരാരോ വിളിക്കണ്ട്,ല്ലോ. പരിചയള്ള സൗണ്ടൊന്നുല്ല.

ബോഡി വിട്ട് ആത്മാവായി ഇങ്ങനെ നിക്ക്മ്പഴും മ്മടെ പേരൊക്കെ അതന്നെ ആയിരിക്ക്വൊ? അത് മ്മക്ക് കേക്കാനും പറ്റ്വൊ? അതു കൊള്ളാലോ!

അപ്പ മ്മടെ കാരണോരന്മാര് പറഞ്ഞ പോലെള്ള പുനർജ്ജന്മങ്ങളൊന്നും ഇല്ല്യാരിക്ക്യോ? മറ്റുള്ളോര് പലരും പറേണ പോലെ നേരെ സ്വർഗ്ഗത്തിലോ നരകത്തിലോ സെറ്റാവാന്നുള്ളതാവും ഇതിന്റെ ഒരു രീതി, ല്ലേ?

ഇനി മ്മടെ ബോഡി കാണാൻ വന്ന ആരെങ്കിലും വിളിക്ക്യാണോ? ഒന്നും കാണാനും വയ്യല്ലോ!

ഏയ്, അതാവില്ല്യ. അങ്ങനെ കരഞ്ഞുപിടിച്ച്ള്ള ഒരു വിളിയല്ല. ഇതാരോ കാര്യായി വിളിക്കണതാ. പെണ്ണ്ങ്ങടെ സൗണ്ടണ്.

രാവിലെ ന്തെങ്കിലും കളറ് സ്വപ്നോം കണ്ട്ങ്ങട് കെടക്കുമ്പോ പണ്ട് സ്കൂളിപ്പോവാൻ അമ്മേം, പിന്നെ പണിക്ക് പോവാൻ മീനേം, വിളിക്കണ ആ ഒരു ടോൺ അല്ല ഈ വിളിക്ക്. അവര്ടെ ഒന്നും സൗണ്ടും അല്ല.

വേറെ ഇതാരാപ്പാ, ഇത്ര സ്നേഹത്തില് മ്മളെ വിളിക്കാൻ? കേക്കണ് ണ്ടോ, വെശക്കണ്ണ്ടോ, ദാഹിക്കണ്ടോ, വേദനേണ്ടോ, കയ്യനക്ക്, കാലനക്ക് ന്നൊക്കെ ചോദിക്കേം പറ്യേം ഒക്കെ ചെയ്യണ്ണ്ട്...

ആത്മാവിനെ കാണാൻ പറ്റണ ആരെങ്കിലും ആവ്വോ? മ്മള് വടിയായീന്നറിഞ്ഞ് സങ്കടം മൂത്ത് വട്ടായ ആരെങ്കിലും മ്മടെ ബോഡിയോട് ചോദിക്കണതാണാ? അങ്ങനെ വട്ടാവാനും മാത്രം മ്മളൊടടുപ്പം ള്ള ആരെങ്കിലിന്റേം സൗണ്ടൊന്നും അല്ലല്ലോ, ഇത്!

ന്തായാലും, ആരായാലും, കുറെ വിളീം ചോദ്യോമൊക്കെ കഴിഞ്ഞ് അവരങ്ങ്ട് പോയി. ഇത്രേമൊക്കെ വിളിച്ചു കൂവീട്ടും കമാന്നൊരു അക്ഷരം തിരിച്ചു കേൾക്കാണ്ടായാ, ആർക്കായാലും മട്ക്കും!

പറ്റാഞ്ഞ്ട്ടാണ്,ട്ടാ! മ്മള് ബോഡി അവ്ടെ ഇട്ടു പോന്നതാണ്ല്ലോ! ഇനി ആത്മാവിന് പറയാന്ള്ള ടെക്നിക് വല്ലതും ണ്ടെങ്കി അത് പഠിക്കാന്ള്ള താപ്പ് കിട്ടീണ്ടാവില്ല്യ. അതൊക്കെ പഠിപ്പിക്കാന്ള്ള സെറ്റപ്പ് എങ്ങനെയാണൊ ആവോ!

ന്തായാലും, സംഗതി ജോറായി!

ഇരുട്ട്

എന്തൊക്ക്യോ ശബ്ദങ്ങൾ കേക്ക്ണ്ട്. ഏസീടേം ഏതോ എഞ്ചിന്റേം ഒക്കെ സൗണ്ട് പോലെ. തീരെ ക്ലിയറല്ല.

സൗണ്ടൊന്നും മ്മക്കൊരു വിഷയല്ല. ന്തൊക്കെ മെഷീന്റേം വണ്ട്യോൾടെം ബഹളത്തിന്റേടേലണ്ല്ലോ മ്മടെ ജീവിതം! ന്നാലും ങ്ങനെ ഒരു അവ്സ്ഥേല് മ്മള് ള്ളപ്പോ ഈ സൗണ്ട് ഒര് പൊടിയ്ക്ക് ശല്യായി തോന്ന്ണ്ട് ട്ടാ...

അല്ല, എന്തായിരുന്ന്ട്ട്ണ്ടാവും മ്മടെ ബോഡിടെ ഷേപ്പ്? അമ്മാതിരി വീഴ്ച്യല്ലേ വീണത്!

കൈയും കാലും നല്ല മെനയ്ക്ക് ഒടിഞ്ഞ്ണ്ടാവും... അതൊറപ്പ്ണ്. നട്ടെല്ലും നൈസായൊന്ന് ഒടിഞ്ഞേന്റെ ആവും നേരത്തെ പറഞ്ഞ ആ വടിവാളിന്റെ വേദന. തല അടിച്ചാവും വീണണ്ടാവ്വാ.

പിന്നെ മൊത്തം ബ്ലഡ്... ബഹളം, നെലോളി... വണ്ടി വിളിക്കല്, കൊണ്ടോടല്... ഹൗ!

ഇനി അതല്ലാ, സ്പോട്ടില് തന്നെ തീർന്നിട്ട്ണ്ടാവാനും മതിട്ടാ! അപ്പോ അവിടെ തന്നെ കിടന്ന് കുറേ നേരം...

ഹേയ്, ന്നാലും കൊണ്ട് ഓടീണ്ടാവും ജോസേട്ടനും ഡാങ്ങളും കൂടി... ജൂബിലീലേക്കോ, ജെനെറലോസ്പ്പിറ്റലിലേക്കോ, മെഡിക്കൽ കോളേജിൽക്കോ...

അതൊരോട്ടം തന്ന്യേണ് ട്ടാ! പണ്ട് സേവ്യറേട്ടനേം എട്ത്ത് വാസൂന്റെ പിക്കപ്പില് പാഞ്ഞ പാച്ചില് മറക്കാൻ പറ്റ്ല്ല്യ.

കൊറേക്കൊല്ലം മുമ്പണ് അത്... മ്മടെ കാളത്തോട് ഭാഗത്ള്ള ഒരു ബിൽഡിങ്ങിന്റെ പണീടെടേലാർന്നു... എന്തൊക്ക്യോ മേടിച്ചോണ്ട് വരാൻന്നും പറഞ്ഞ് പോയ സേവ്യറേട്ടനെ കാണാണ്ട് ജോസേട്ടൻ കയറ് പൊട്ടിക്കാൻ തൊടങ്ങീപ്പഴണ് വിളി വന്നത്...

മ്മടെ സേവ്യറേട്ടൻ മെയിൻ റോട്ടില് ഏതോ വണ്ടിടിച്ച് ബോധല്ല്യാണ്ട് കെടപ്പ്ണ്ട് ന്ന്! കേട്ട പാട് 'ഡാ വാസൂ വണ്ടീട്ക്ക്ടാ...' ന്നും പറഞ്ഞ് ജോസേട്ടനും കൂടെ മ്മള് രണ്ട് പേരും കൂടെ ഒരു പാച്ചിലാർന്നു.

ചോദിച്ച് പിടിച്ച് അങ്ങ്ട് ചെന്നപ്പോ, ചോരേല് കുളിച്ച് അവ്ടെ തന്നെ കെടപ്പണ്ന്ന്! ഹോ... കാണാൻ പറ്റില്ല്യ! കാറ്റ് പോയീന്നും പറഞ്ഞ് ഒരുത്തനും അട്ക്കാണ്ട് അവ്ടെ തന്നെ ഇട്ടേക്കായിരുന്നു. 'കേറ്റടാ വണ്ടീല്...' ന്നും പറഞ്ഞ് ജോസേട്ടൻ ഞങ്ങളേം കൂട്ടി അങ്ങേരെ കോര്യെട്ത്ത് പിക്കപ്പിന്റെ പൊറകില് കെടത്തി. പിന്നെ ഒരു വിടലായിരുന്നു...

തീരെ ഹോപ്പില്ല്യാന്ന് ഹോസ്പിറ്റലുകാര് പറഞ്ഞേടത്ത്ന്ന് സേവ്യറേട്ടൻ പിടിച്ചാ കേറി. അയിന് ആ ഗഢ്യേ സമ്മയ്ക്കണം! മ്മളും അതുപോലെ തിരിച്ച് കേറുംന്ന് ജോസേട്ടനും ഡാങ്ങളും വിചാരിച്ചാ തെറ്റു പറയാൻ പറ്റില്ലല്ലൊ.

എന്തൂട്ട്ണ്... ഈ ജിമ്മീ പോക്കും മസിലും ഒന്നുല്ലല്ലോ കാര്യം, ആയുസ്സ്ന്റെ ബലല്ലേ!

കൊണ്ടങ്ങട് ചെല്ലുമ്പോ തന്നെ 'മ്മള് സോറീണ്ട് ട്ടാ. ഒന്നും ചെയ്യാനില്ലാ'ന്ന് ഹോസ്പിറ്റല്കാര് പറഞ്ഞ്ട്ണ്ടെങ്കി ഭാഗ്യായി. രണ്ട് മാസം കെടന്ന്, ആ ലൂസ്യേച്ചീടെ കെട്ടുതാലി വരെ പണയം വച്ച്ട്ടാ യാലും സേവ്യറേട്ടന് തിരിച്ചു കേറാൻ പറ്റി. മ്മടെ കാര്യത്തില് അങ്ങനെ വല്ലോം ണ്ടായിട്ട്ണ്ടെങ്കില് മൊത്തം നഷ്ടാണ്ല്ലോ! അത്രേം ചെലവൊന്നും മീന്യ്യാ മ്മടെ വീട്ട്കാരോ കൂട്ട്യാൽ കൂടില്ല്യ! പിന്നെള്ളത്, ശങ്കരേട്ടനെങ്ങാനും... ഈശോ...! അങ്ങനൊന്നും ഇല്ല്യാതെ സ്പോട്ടില് തീർന്നതാണെങ്കി മത്യായിരുന്നു.

പടച്ചോനേ, ഈശോ, ഗുരുവായൂരപ്പാ ഏതു വേഷത്തിലാണ് ഇത് കേക്കണേന്ന് മ്മക്ക് ഒര് വിഷയല്ല. ന്നാലും, ഓരൊറ്റ കാര്യത്തില് മ്മക്ക് ങ്ങളോട് കലിപ്പ്ണ്ട് ട്ടാ. ങ്ങനെ ഠപ്പേന്ന് തീരാനാണെങ്കി ആ മീനേനെ ഇത്ര സംഭവബഹുലായ രീതീല് കെട്ടിക്കൊണ്ട് വരണ്ട ഒരു കാര്യോല്ല്യാർന്നു. അതില് ങ്ക്ക് വെണെങ്കി ഒരെടം കോല് ഇടായിരുന്നു, ല്ലേ? എങ്കി അവളു പാവം രക്ഷപ്പെട്ടേർന്നു!

ഈ ആൾക്കാര് പറേണ പോലെ മ്മള് തമ്മില് ഒരു കൂടിക്കാഴ്ച ണ്ടാവ്വോ? അങ്ങനെ ണ്ടെങ്കില് മ്മള് ങ്ങളെ ഒറപ്പായിട്ടും തെറിവിളിക്കുംട്ടാ... അത് മ്മടെ വെഷമം കൊണ്ടാണെന്ന് കര്തീട്ട് അങ്ങട്ടാ ക്ഷമിച്ചാളാ. ബാക്കി മ്മക്ക് അപ്പോ പറഞ്ഞ് തീർക്കാ...

പറ്റൂന്ന്ണ്ടേങ്കില്, എന്തെങ്കിലും സഹായം അവർക്കൊന്ന് കൊടുത്തേക്കണട്ടാ!

തുടക്കം

ആ വെടക്ക് സാജൂന്റെട്ത്ത് പറ്റ്ണ തരത്തിലൊക്കെ പറഞ്ഞ് നോക്കീതണ്, ദൊന്നും മ്മളെപ്പോലെല്ലോറ്ക്ക് പറഞ്ഞട്ട്ള്ള കാര്യല്ലാ, വിട്ടേക്ക്ന്ന്!

ജോസേട്ടന്റേന്ന് അവൻ കേക്കാത്ത തെറീണ്ടാവില്ല്യ. സേവ്യറേട്ടന്റെ വക നല്ല ബെസ്റ്റ് ഉപദേശോം ചീത്തേം കിട്ടീണ്ട്, കള്ളിന്റെ പൊറത്തും അല്ലാണ്ടേം.

ഒര് കാര്യോല്ല്യ. അവനും അയലോക്കത്തെ ചെല ചെടച്ച ഡാങ്ങളും കൂട്യാപ്പിന്നെ മ്മക്കാർക്കും പിടിച്ചാ കിട്ട്ല്ല്യ. രാഷ്ട്രീയം തലയ്ക്ക് പിടിച്ച് പ്രാന്ത് പിടിച്ച പോലെയാണ്സ്റ്റോ!

കൊടി പിടിക്കാനും ജയ് വിളിക്കാനും ക്കെ പൊയ്ക്കോട്ടെ. അയിനൊന്നും ആരും ഒന്നും പറയണില്ല്യല്ലോ... പാർട്ടീം രാഷ്ട്രീയോം ഒന്നും ല്ല്യങ്കിലും മ്മടെ കൂട്ടത്തിലെ പലോരും ചെല്ലാറ്ണ്ട്,ല്ലൊ അയ്നൊക്കെ. മിക്കോരും വല്ല തീറ്റേം, കുടീം, അയിന്റെ പൊറത്ത് ചെലപ്പൊ വല്ല ചില്ലറേം കിട്ടണോണ്ടണ് പോണത്ന്ന് മാത്രം. വാശി മൂത്ത് വെട്ടിനും കുത്തിനും പോവണ്ടാന്നല്ലേ എല്ലാരും പറഞ്ഞ്ള്ളൂ.

അയ്ന് ആ പിശാശ് ഡാങ്ങൾക്ക് വാശി കഴിഞ്ഞല്ലേ ള്ളൂ, എല്ലാം. ഫുട്ബോള് കളീല് അടി... അമ്പലപ്പറമ്പിലും പെര്ന്നാളിലും കച്ചറ... പൂരത്തിന് തേക്കിൻകാട് മൈതാനത്തും മാർക്കറ്റിലും അലമ്പ്... വീട്ട്കാരും നാട്ട്കാരും എന്തെങ്കിലും പറഞ്ഞാ പിന്നെ അത് മതി! അതിന്റ്യാക്കെക്കൂടെ കുടിച്ചും വലിച്ചും കേറ്റണേന്റെ വീര്യം വേറേം.

ഒട്ക്കം എന്തായി? കുത്തും വെട്ടും കൊണ്ട് പടാവണ്ടിര്ന്നത് അവൻ; ആയത് ഇതിലൊന്നിലും ഒരു റോളും ല്ല്യാത്ത ഈ മ്മളും!

മ്മളെ പടാക്കിയ ആ കുത്തിന്റെ പിന്നിലെ നീണ്ട കഥ, പാടത്തെ ഷാപ്പില് ഒരു കാര്യോല്ല്യാതെ ആ രാജപ്പനെ പെടച്ചപ്പോ തുടങ്ങീ തണ്.

മ്മടെ കാനഡക്കാരൻ മാത്തച്ചന്റെ വീട് പണി ഒരു മെനേലങ്ങട് തീർന്ന സന്തോഷത്തില് ഒന്ന് കൂടീതണ് മ്മള്. പറഞ്ഞ ദെവസത്തിന് മുമ്പ് പണി തീർക്കണ ജോസേട്ടന്റെ പതിവ് തെറ്റുംന്ന് പേടിച്ചിരിക്കുമ്പോ, കട്ടയ്ക്ക് കൂടെ നിന്ന് തീർത്ത് കൊട്ത്ത മ്മടെ മൊത്തം റ്റീംസ്നെ കൊണ്ട് ഒന്ന് മിന്ങ്ങാൻ പോന്നതണ് ജോസേട്ടൻ.

അതിനെടേല് അപ്പറ്ത്ത്ന്ന് ആ വെടക്ക് രാജപ്പൻ തൊടങ്ങീ തണ് മ്മടെ സാജൂനേം പിള്ളേരേം നിർത്താണ്ട് തോട്ടിടല്... കണ്ണൂര്ണ്ടായ ഏതാണ്ട് പാർട്ടി പ്രശ്നം പറഞ്ഞ്ണ് മൂപ്പിക്കല്.

ആദ്യ്യാക്കെ തന്നെ കലിപ്പ് കേറീങ്കിലും, ജോസേട്ടനെ വിചാരിച്ച് മ്മടെ ചുള്ളന്മാര് മിണ്ടാണ്ടിര്ന്നു. പിന്നെ ഓരോന്ന് തിരിച്ചും പറയാൻ തൊടങ്ങി. അത് പിന്നെ ഭീഷണീം പിടീം വലീം ഒക്കെ ആയി.

കാര്യം രണ്ട് പാർട്ട്യ്യാക്കെയണ്... ന്നാലും കണ്ണൂര് ങ്ങാണ്ട് ആരോ ബോംബെറിഞ്ഞ് പടായ കാര്യോം പറഞ്ഞ് മ്മളിവിടെ കെടന്ന് അടീണ്ടാക്കണത് ന്തിനാന്ന്? ഒന്നൂല്ല്യേങ്കില് ഒരേ നാട്ടില്, ഒരേ സ്കൂളില് പഠിച്ചോരല്ലേ മ്മളെല്ലാരും.

അന്ന് സാജൂന്റെ കലിപ്പ് ഒന്നടക്കാൻ ജോസേട്ടൻ കൊട്ത്ത ആ പെട മ്മക്കാണ് കൊണ്ടതെങ്കില്, മ്മള് വെറ്തേ നന്നായിപ്പോയേനെ! അടീം കൊട്ത്ത് പിടിച്ച് മാറ്റീട്ടും കലിപ്പ് മാറാണ്ട് നിന്ന ചെക്കനെ ഒരു കണക്ക്നണ് അന്ന് പെരേല് കൊണ്ടാക്ക്യേത്!

‘ഇവൻ ആ തന്തേടെ ബ്ലഡ് തന്ന്യണ് ട്ടാ!’ന്നും പറഞ്ഞാണ് സേവ്യറേട്ടൻ അവന്റെ വീട്ടിൽ നിന്നു പോരണ വഴി അവന്റെ കുടുംബചരിത്രം മ്മടെ മുമ്പീ വെളിപ്പെട്ത്തീത്.

‘മത്ത കുത്ത്യാ കുമ്പളം മൊളക്യോ...!’ന്ന്ള്ള സ്ഥിരം ഡയലോഗും വച്ചണ് സേവ്യറേട്ടൻ മ്മടെ കറ്പ്പേട്ടൻറെ വീരകഥകള് മ്മടെ മുമ്പില്ക്ക് വെളമ്പി തൊടങ്ങീത്... പിന്നെ അതൊര് ഒന്നൊന്നര പോക്കായിര്ന്നു.

വയറ്റീ കെടന്ന കള്ളിൻ പൊറത്ത് സ്വന്തം കയ്യീന്ന്ട്ട് എത്ര പൊലിപ്പിച്ചണ് സേവ്യറേട്ടൻ മ്മളോട് അതൊക്കെ പറഞ്ഞത് ന്ന് അറിയില്ല്യാട്ടാ... ന്തായാലും സ്ഫടികത്തിലെ ആടുതോമയായി ലാലേട്ടൻ

തിമിർത്ത പോലെയണ് സാജൂന്റെ അച്ഛൻ കറുപ്പേട്ടന്റെ ഒരു ഫിഗറ് സേവ്യറേട്ടന്റെ പൊലിപ്പിക്കലിക്കൂടെ മ്മടെ മനസ്സില് കേറി ഇറങ്ങീത്!

അന്നണ്, വടിവാളിന്റെ കാര്യം ഒന്ന് ക്ലിയറായി മ്മള് കേട്ടത്. വടിവാള് കേറി ഇറങ്ങണത് ന്തോ അടാറ് പെയിനുള്ള, ആളെ വടിയാക്കണെ കാര്യാന്ന് മനസ്സിൽ കേറിപ്പറ്റീതും.

ന്തായാലും അങ്ങനെ ഒരു വടിവാളിന്റെ വെട്ടിലാണ് അങ്ങേര് തീർന്നത്. പാർട്ടിക്ക് ഒരു രക്തസാക്ഷ്യായി. ആർക്ക് പോയി? വീട്ട്കാർക്ക്. അവർക്കും കിട്ടി, ചൊമരില് മാലേട്ട് വയ്ക്കാനൊരു ഫോട്ടോ കൂടി.

ആ വീട്ട്കാരോട്ള്ള കടപ്പാടോണ്ടണ് ജോസേട്ടൻ ആ ചെക്കനെ പണിപഠിപ്പിക്കാംന്നും പറഞ്ഞ് കൂടെ കൂട്ടീത്. കുറ്റം പറയാൻ പറ്റില്ല്യ, ചെക്കൻ പെട്ടെന്ന് പണി പഠിച്ചൂട്ടാ. അതിനെടേലണ് കൊറേശ്ശെ ഈ പാർട്ടി പ്രവർത്തനങ്ങള് തൊടങ്ങീത്.

"നിങ്ങ്ക്ക് വേറെ പണീല്യേ സേവ്യറേട്ടാ... ഈ പഴം പുരാണോം കൊണ്ട് ങ്ങനെ നടക്കാൻ... ഈ പറേണ വീരത്തരൊക്കെ കാണിച്ച്ട്ടെന്തായി? ഒറ്റ വെട്ടില് തീർന്നില്ലേ?"

സാജൂന്റെ വീട്ടില് കാര്യങ്ങളൊക്കെ ഒരു വിധം പറഞ്ഞ് മനസ്സിലാക്കി അവ്ടെക്ക് എത്ത്യെ ജോസേട്ടന്റെ ചീത്ത കേട്ട്ണ് അന്ന് സേവ്യറേട്ടൻ കഥ പറയല് നിർത്തീത്.

"ടാ... പിള്ളേരേ... ള്ള നേരത്ത് പെരേല് ചെല്ലാൻ നോക്ക്യേ... നാളെ മ്മടെ ഷാരത്തെ പണി തൊടങ്ങണട്ടാ... ഇനി ഇന്നത്തെ ഹാങ്ങോവറ് ന്നൊക്കെ പറഞ്ഞ് ആരെങ്കിലും സൈറ്റില് വരാണ്ടോ, ലേറ്റാവേ ചെയ്താല്... അറിയാല്ലോ? മ്മടെ തനിസ്വഭാവം എട്പ്പിക്കർത് ട്ടാ..."

അങ്ങനെ ഒര് കലിപ്പ് വാണിങ്ങും തന്ന് ജോസേട്ടൻ ബൈക്കിക്കേറി. ആ കലിപ്പില് രണ്ട് കിക്ക് കൊട്ത്തപ്പഴക്കും മ്മളൊക്കെ അവ്ട്ന്ന് സ്കൂട്ടായി.

സേവ്യറേട്ടൻ പറഞ്ഞ പോലെയാണേങ്കില്, അങ്ങനേള്ള കറുപ്പേട്ടന്റെ മോനെ അതിലും കലിപ്പായി കയ്യിൽ കിട്ട്യാല് പാർട്ടിക്ക്ന്തേ, പുളിക്ക്യോ? അവര് ചെക്കനെ മൂപ്പിച്ച് കൊണ്ട് നടക്കൂല്ലോ...

എടയ്ക്കെടെയ്ക്ക് ജോസേട്ടന്റെ വക ഉപദേശോം വാണിങ്ങും ഒക്കെ കിട്ടാറ്ണ്ട്... അവന്മാർടെ കൂടെ ഫ്രീ ആയ്ട്ട് മ്മക്കും. രാഷ്ട്രീയോ,

കള്ളു കുടേ്യാ, പെണ്ണ് പിടേ്യാ എന്ത് പണ്ടാരായാലും കൊള്ളാം. അത് പണീടെ കാര്യത്തില് ഒരു പ്രശ്നോം ണ്ടാക്കര്ത്...

അത് മാത്രല്ല... സൈറ്റില് വന്നാ പ്പിന്നെ പണീന്നല്ലാതെ, ഈ വക വെടക്ക് കാര്യങ്ങൾക്ക് നിന്നാ സ്പോട്ടില് തെറിപ്പിക്കും... പിന്നെ ജോസേട്ടന്റെ കൂടെ പണിക്ക് കേറാൻ ജന്മത്ത് നോക്കണ്ട.

അതാണ് ജോസേട്ടന്റെ ഒരു ലൈൻ...

പണിസ്ഥലത്ത് വന്ന് ചുള്ളന്മാരെ കൂട്ടിക്കൊണ്ടോവണ ഒരു സെറ്റപ്പ് ഒന്ന് രണ്ട് തവണ ണ്ടായപ്പോ ജോസേട്ടൻ വെടിപ്പായി കാര്യാ പറഞ്ഞു; ചെക്കന്മാരോട് മാത്രല്ല, കൂട്ടി കൊണ്ടോവാൻ വരണ പാർട്ടി ഗഡേ്യാളോടും... അത്പ്പോ ഏത് കൊമ്പത്തെ നേതാവായാലും മൊഖത്ത് നോക്കി കാര്യം പറയാൻ മ്മടെ ജോസേട്ടന് ഒരു മടീല്യ, പേടീമില്ല്യട്ടാ.

അതോടെ പണിസ്ഥലത്തേക്ക് ള്ള പാർട്ടിക്കാര്ടെ വരവ് ഒന്നു കുറഞ്ഞതണ്.

വെട്ട്

അന്ന് ഷാപ്പീ വച്ചന്നെ മ്മടെ ചുള്ളനെ ആ സലീമിക്കേം കൃഷ്ണേട്ടനും നല്ലോണം ഒന്ന് നോട്ടട്ട്ണ്ടായിരുന്നു. ചെക്കൻ കൊള്ളാല്ലൊ, മ്മക്കും പാർട്ടിക്കും പ്രയോജനണ്ട്ന്ന് അന്നേ അവർക്ക് തോന്നീട്ട്ണ്ടാവും.

അജ്ജാതി പാർട്ടി സ്നേഹോം കലിപ്പൊക്ക്യെല്ലേ ചുള്ളന്മാര് ആ ഷാപ്പീ കെടന്ന് കാട്ടിക്കൂട്ടീത്... കാര്യം ആ പ്രായത്തിന്റെ ചോര ത്തെളപ്പിന്റെ കൂടെ കേറ്യേ കള്ളിന്റെ വീര്യണ് അവടെ കെടന്ന് കത്തീത്ന്ന് മ്മക്കല്ലേ അറിയുള്ളോ.

മ്മടെ പാർട്ടീ നേതാക്കൾ നോക്ക്മ്പോ ന്തണ്? നല്ല പെടയ്ക്കണെ ക്ടാങ്ങള്... അതിൽ മ്മടെ ചുള്ളനാണെങ്കിലോ, പണ്ടത്തെ പാർട്ടീടെ സ്വന്തം രക്തസാക്ഷീന്റെ ചോരേം... പിന്നെ പറയാന്ണ്ടാ!

ചോരത്തെളപ്പ്ള്ള കൊറേ ചെക്കന്മാരെ പറഞ്ഞ് മൂപ്പിച്ച്, ള്ള ഗുണ്ടായിസത്തിനും അടിപിടിക്കും സമരത്തിനും ഒക്കെ തള്ളിക്കൊട്ക്കണതാണല്ലൊ ഇവര്ട്യോക്കെ ഒരു നയം! എല്ലാ എടങ്ങേറ് പിടിച്ച എടപാട്കൾക്കൊക്കെ അവന്മാര് കേറി കളിച്ചോളും... പിന്നീ നിന്ന് അങ്ങട് മൂപ്പിച്ചാ മതീല്ലോ!

നേതാക്കന്മാരും അവര്ടെ പെരേല്ള്ളോരൊന്നും മേത്ത് മണ്ണ് പറ്റ്ണ ഒരു കാര്യത്തിനും എറങ്ങില്ല്യ. അവന്മാര് വല്ല നാട്ടിലും പഠിക്കാനാ, ബിസിനസ്സിനാ, ജോലിക്കാ ഒക്കെ പോയിട്ട് ണ്ടാവും... ഇനി പാർട്ടീല് എറങ്ങീണ്ടെങ്കി തന്നെ, വല്ല പ്രസംഗോ, മീറ്റിങ്ങോ ആയിട്ടും സ്ഥാനാർത്ഥി ആയിട്ടും ക്കെ നടക്കണ്ടാവും... ദേഹത്ത് മണ്ണോ പോറ്ലോ ഒക്കെ പറ്റണ ഒര് പണിക്കും അവന്മാരെ നോക്കണ്ട!

ഒരു ജ്യാതി അലമ്പ് സെറ്റപ്പ്സ്റ്റോ!

ദൊന്നും മ്മക്ക് മനസ്സിലായാ പോരല്ലോ... ഈ പാർട്ടീന്നും പറഞ്ഞ് ചാടി എറങ്ങണ ചെക്കന്മാർക്ക് മനസ്സിലാവണ്ടേ... ആവ്ണ വിധത്തിലൊക്കെ മ്മള് പറഞ്ഞ് നോക്കീതണ്...

ഇതൊക്കെ കഴിഞ്ഞ്, മ്മടെ പൂങ്കുന്നത്ത്, മറ്റേ പാർട്ടീലെ ഷണ്മുഖൻ വട്യായ വെട്ട്കേസില് കയ്യാളായി മ്മടെ ചുള്ളനുണ്ടായിരുന്നുന്ന് കേട്ടപ്പോ ഹെയ്, മ്മടെ സജുന്നെ, മ്മളൊക്കെ ശരിക്കും എടങ്ങേറായിപ്പോയി!

അന്നേ എസ്സൈ ശേഖരൻ സാറ് സ്റ്റേഷനിൽ വിളിപ്പിച്ച് പറഞ്ഞതണ്, അവന്റെ അമ്മ്യോടും പെങ്ങളോടും:

"ഈ നെലക്കാണെങ്കി, ഈ ചെക്കന്റെ കാര്യം പോക്കണ്,ട്ടാ... ഒന്നുകി തന്തേടെ പോലെന്നെ വല്ലോന്റേം വടിവാളിലോ കത്തീമ്മലോ തീരും അല്ലെങ്കി, ആരേങ്കിലേം വെട്ട്യ്യാ, കുത്ത്യ്യാ ഇവൻ അകത്താവും. സൂക്ഷിച്ചാ നെങ്ങക്ക് കൊള്ളാം... എല്ലാം കഴിഞ്ഞ് കരഞ്ഞ് പിടിച്ച് മ്മടെടുത്തെക്ക് ഓടി വന്ന്ട്ട് ഒരു കാര്യണ്ടാവില്ല്യട്ടാ! പിന്നെ തള്ളേക്കും പെങ്ങക്കും എടക്കെടക്ക് വിയ്യൂര് പോയി കാണണ്ടി വരും... അതും ജീവനോടെ ജയിലീ പോവാൻ ഭാഗ്യണ്ടേങ്കി...!"

കാര്യ്യാക്കെ ശര്യണ്... എന്നാലും ആ പാവങ്ങള് കൊറേങ്കൂടി പേടിച്ച് കരയാന്നല്ലാണ്ട് ദൊക്കെ അവരോട് പറഞ്ഞ്ട്ട് ന്ത് കാര്യം.

തിരിച്ച് മറ്റേ പാർട്ടിക്കാര് ഓങ്ങി വച്ച്ട്ട്ണ്ടാവുംന്ന് ഒറപ്പല്ലേ.

അന്ന് വടിവാളിന് വെട്ടിയ ഭാസി തൊണ്ട്യോടെ പിടി കൊട്ത്ത് അകത്ത് പോയി. ആര്ട്യോ ഭാഗ്യത്തിന് കൂടേണ്ടായിര്ന്ന ചുള്ളന്മാരെ ആരും നേരിട്ട് കണ്ട്ട്ണ്ടായിര്ന്നില്ല്യ. അത് താപ്പാക്കി ശേഖരൻ സാറും പാർട്ടിക്കാരും കൂടി അവന്മാരെ അകത്ത് പോവാണ്ട് ഒന്ന് ഊരിയെട്ത്തു. പിന്നെ കേസ് നോക്ക്യാ മതീല്ലോ.

എന്നാലും ഭാസി അകത്തായ സ്ഥിതിക്ക് മറ്റോർടെ നോട്ടം അന്ന് കൂടെണ്ടായിരുന്ന സാജൂനേം സുന്യേം ആയിരിക്കവല്ലോ. അവന്മാരെ പൊറത്ത് തന്നെ കിട്ടാൻ വേണ്ടീട്ടായിരിക്കും ചുള്ളന്മാരെ അകത്താവാണ്ടെ ഊരണ കണ്ട്ട്ടും അവന്മാര് മിണ്ടാണ്ടിര്ന്നത്...

പാർട്ടീലെ പണ്ടേള്ള ലോക്കൽ നേതാക്കളിൽ ഒരാളണ്, മ്മടെ സൊസൈറ്റീലെ സുകുമാരൻ മാഷ്. മാഷ്ടെ വകേലൊരു അനന്തിരവനണ്, സുനി. അവനെ നൈസായിട്ട് അവര് മുക്കി. ഗൾഫിലേക്കാണ്ന്നാണ് മ്മളൊക്കെ കേട്ടത്.

മ്മടെ ചുള്ളനെ അങ്ങനെ പറത്തി രക്ഷിക്കാൻ ആരും ണ്ടായില്ല്യ. ചെറ്തായ്ട്ട് ഒന്നു സ്കൂട്ടായിക്കോളാൻ ഉപദേശം മാത്രം ഫ്രീ ആയി കിട്ടി എല്ലാർടേന്നും.

'അങ്ങനെ പേടിക്കാൻ പറ്റോ, അത്രയ്ക്ക് ധൈര്യോള്ളോര് അപ്പറത്ത് ണ്ടെങ്കി നോക്കാലോ' ന്നൊക്കെ ചങ്കൂറ്റം കാണിച്ച്

നെഞ്ചും വിരിച്ച് നിക്കണ് മ്മടെ പൊട്ടൻ ചെക്കനും... പേടിച്ച് നെലോളിക്കാൻ അവന്റെ തള്ളേം പെങ്ങളും!

അങ്ങനെയണ് ജോസേട്ടനും മാർക്കറ്റില് ജ്വല്ലറി നടത്തണ മ്മടെ ഫിലിപ്പേട്ടനും കൂടി എടപെട്ട് അവനെ ഇവ്ട്ന്ന് വണ്ടി കേറ്റി വിട്ടത്.

എങ്ങട്ടണ്ന്ന് ജോസേട്ടനോട് പോലും പറഞ്ഞ്ട്ടില്ല്യാന്നണ് അങ്ങേര് പറേണത്. എങ്ങ്ട്ടാണെങ്കിലും ചെക്കൻ സേഫായിരിക്ക ട്ടേന്നേ മ്മക്കൊക്കെ ണ്ടായിരുന്നൊള്ളു.

കേസൊക്കെപ്പിന്നെ മ്മടെ നാട്ടില് പാർട്ടിക്കാർക്കൊരു വിഷയ ല്ലല്ലോ. ഭരിക്കണ പാർട്ടീന്നായാ പിന്നെ പറ്യേം വേണ്ട. കേസൊക്കെ ഒത്ങ്ങിപ്പൊക്കോളുംന്ന് ഒറ്പ്പാന്ന്യായിർന്നു ല്ലാർക്കും. പേടി, മറ്റേ പാർട്ടിക്കാരേം ആ ഷണ്മുഖന്റെ കൂടെള്ളോന്മാരേം ആയിര്ന്നു.

ആ വെട്ടില് വട്യായ ഷണ്മുഖന്റെ അനിയൻ രാമേന്ദ്രനും അവ്ന്റെ ചെല വെടക്ക് ഗ്യാങ്ങോളും കൊറേ കേറി എറങ്ങി, മ്മടെ പണിസ്ഥലത്തും സാജൂന്റെ പെരേലും ഒക്കെ. പാർട്ടിക്കാര് തമ്മില് കോമ്പ്രമൈസ് ആക്ക്യാലും കൂടപ്പെറപ്പിന്റേം വീട്ടുകാര്ടേം കലിപ്പ് അങ്ങ്നെ തീരില്ല്യല്ലോ.

ജോസേട്ടനും സേവ്യറേട്ടനും എല്ലാം കൂടി പറഞ്ഞു പറഞ്ഞ്, പതുക്കെ അവന്മാർടെ വരവാ നിന്നു.

ജോസേട്ടന്റെ വക മ്മടെ ടീംസിന് മൊത്തം അവസാന വാണിങ്ങ് കിട്ടി. പാർട്ടി, ഗുണ്ടായിസം, കൊടി, സമരം ന്നൊക്കെ പറഞ്ഞ് പോണംന്ന്ള്ള ഒറ്റയൊരെണ്ണോം ഇനി പണിക്ക് വരണ്ടാട്ടാന്ന്. അത് ഗഡി വെറ്തേ പറേണതല്ലാന്ന് ഒറപ്പായിര്ന്നു, ല്ലാർക്കും.

അതോടെ മ്മടെ ഡാങ്ങളൊക്കെ ഒതുങ്ങി, വീടും പണീം ഒക്കെ യായിട്ട്, വല്ല്യ എടങ്ങേറ്ലൊന്നും ചെന്ന് പെടാണ്ട്.

ആശങ്ക

മ്മടെ നാട്ടിലെ ഡാങ്ങൾക്കൊക്കെ ഇത്തിരി പേടി കേറീര്ന്നുട്ടാ, കൊറച്ച് നാളെക്കെങ്കിലും.

എടക്കൊക്കെ കൊടിപിടിക്കാനും പോസ്റ്ററൊട്ടിക്കാനൊക്കെ പോയിരുന്നോര് പോലും ഒന്ന് സൂക്ഷിച്ചൊക്കെ ആയി നടപ്പ്. പണി വരണ്ത് എപ്പോ, എവ്ട്ന്നാന്ന് പറയാൻ പറ്റില്ല്യല്ലോ!

എപ്പഴും അടീം കുത്തും നടക്കണ ഒരു സ്ഥലല്ലാത്തോണ്ട്, മ്മടെ നാട്ടിലിത് ഒരു വല്ല്യ സംഭവന്നെയായിരുന്നു.

എന്തൂട്ടാ പറ്യാ, മ്മക്ക് പെരേല്ന്നെ സ്വൈര്യം ണ്ടായിര്ന്നില്ല്യാന്ന് കൊറെ ദെവസം!

മീനേം, അമ്മേം, അച്ഛനും, മ്മടെ കേച്ചേരില്ള്ള മാമൻ ഒക്കെ ആയിട്ട്. പെരേക്കേറ്യാ പിന്നെ നല്ല മേളന്നെ. ല്ലാർക്കും നല്ല സംശയം. മ്മളും ആ ചെക്കന്റെ കൂടേ പാർട്ടിപ്പണിക്കൊക്കെ നട്ക്കണ്ണ്ടായിർന്നൊന്ന്.

ഒര് കണക്കിനണ് പറഞ്ഞ് മനസ്സിലാക്കീതെന്റ്സ്റ്റോ!

മീനേ്യണങ്കി ഒരേ പിടിച്ച പിട്യന്നെ... 'എടി, ഒന്നുല്ല്യാന്ന്. നീയിങ്ങനെ ടെൻഷനടിച്ച് കൊഴപ്പൊന്നും ണ്ടാക്കല്ലേ'ന്ന് പറഞ്ഞ് ഞാൻ മട്ത്തു. ഒട്ക്കം തലേൽ തൊട്ട് സത്യം ചെയ്തിച്ചിട്ടേ ഒരു പൊടിയ്ക്ക് അട്ങ്ങ്യുള്ളൂ.

അന്ന് മ്മക്ക് ഉള്ളില് തോന്നീതണ് ട്ടാ... മ്മളായിട്ട് ഒരു ബന്ധോല്ല്യാത്ത കാര്യത്തില് മ്മളേ എന്തിനണ് ങ്ങനെ പരീക്ഷിക്കണെ കർത്താവേന്ന്. അതൊക്കെ ന്ത്? ഇപ്പഴത്തെ മ്മടെ അവസ്ഥ നോക്കുമ്പോ!

അല്ല, മീനേം കുറ്റം പറയാൻ പറ്റ്ല്ല്യ. വീട്ട്കാരെം വേണ്ടപ്പെട്ടോരേം ക്കെ എടങ്ങേറാക്കി മ്മടെ കൂടെ പോന്ന്തണ്, ഇപ്പഴും ഒരു കാര്യോല്ല്യാണ്ട് വാശി പിടിച്ച് നിപ്പണ്.

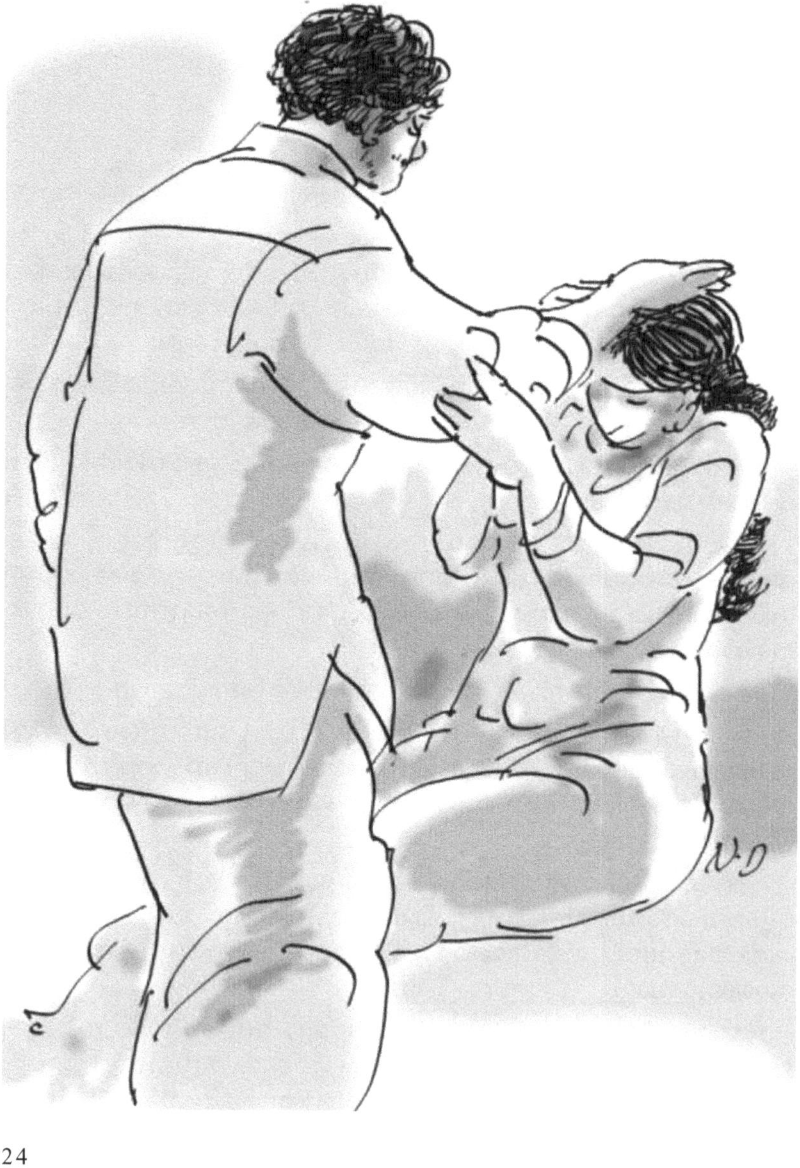
N.D

നല്ല പേടീണ്ടാവും. കെട്ടണേന്റെ മുമ്പ് മ്മളെ തോന്ന്യേ പോലൊക്കെ നടക്കണത് അവള് കൊറേ കണ്ട്ട്ട്ള്ളതും ആണ് ല്ലോ! അതൊക്കെ വിട്ട് വീടും പണീം ആയി ജീവിച്ചോളാംന്ന്ള്ള ഒറ്റ വാക്ക് വിശ്വസിച്ചണ് അവള് മ്മടെ കൂടെ പോന്നത്. പേടീണ്ടാവും...

ആ പേട്യന്നേണ് മ്മടെ വീട്ട്ലും. കെട്ടൊന്ന് ലൂസായാല് മ്മള് എങ്ങട്ട് വേണെങ്കി തെറിക്കുംന്ന് അവർക്കും പേടീണ്ട്.

ഇതൊക്ക്യാണെങ്കിലും അവർക്കൊക്കെ ഒരു കാര്യം ഒറപ്പ്ണ്ട്,ട്ടാ: പാർട്ടീന്നൊക്കെ പറഞ്ഞ് മ്മള് ഒന്നിൽക്കും എട്ത്ത് ചാടില്ല്യാന്ന്. അതിനോടൊക്കെ പണ്ടേ എടം തിരിഞ്ഞണ് മ്മടെ ഒരു പോക്ക്. ഒരു പാർട്ടീം ശര്യല്ല ന്നാണ് മ്മടെ ഒരു ലൈൻ! എത്ര കൊമ്പത്തെ നേതാക്കന്മാര് വന്നാലും പിരിവ്ന്നൊക്കെ പറഞ്ഞു ഒരു പാർട്ടിക്കും ഒന്നും കൊട്ക്കര്ത്, ന്നണ് മ്മടെ ഒരു തീർമാനം. മ്മള് മാത്രല്ല, വീട്ട്ലും പറഞ്ഞ്ട്ടണ്ട്, അതന്നെ.

ന്നാലും അവര് കൊട്ക്കാറ്ണ്ട്ട്ടാ. മ്മള് അറിയാണ്ട് കൊട്ക്കും. അറിഞ്ഞാലും അറിഞ്ഞില്ല്യാന്ന്ള്ള ഒര് ലൈനില് മ്മളും വിട്ട് കളയും! എന്തെങ്കിലും ആവശ്യം വന്നാല് ഓടി അവർടെ അട്ത്തേക്ക് പോണ്ടി വരും, അതോണ്ട് അവര്യൊന്നും പെണക്കാൻ പാടില്ല്യ ന്നണ് അമ്മേടെം മീനേടെം ലൈൻ. 'പിന്നേ, അവര്ടെ അട്ത്തേ ക്ക് ന്റെ പട്ടി പോവും'ന്ന ഒരു ഭാവത്തിലായിര്ന്നു മ്മടെ തന്തപ്പിടി!

പ്രശ്നം അതല്ല. മ്മടെ കൂട്ടുകാര്ന്ന് പറഞ്ഞാ മ്മളെ പിടിച്ചാ കിട്ട്ല്ല്യാന്ന് അവർക്ക് വെടിപ്പായി അറിയാം. മ്മടെ ക്ലോസായ ഗഡ്യോൾക്കാര്ക്കെങ്കിലും എന്തെങ്കിലും പറ്റിയാലോ എന്തേങ്കിലും ആവശ്യം വന്നാലോ പിന്നെ മ്മക്ക് ഒരു നോട്ടോല്ല്യട്ടാ. അവ്ട്യണ് പെരേല്ള്ളോർക്ക് മ്മൾടെ കാര്യത്തില് ഒരു പേടി.

ഒറ്റാന്തടി ആയിരുന്ന കാലത്തൊക്കെ ഒരുപാട് കേസ്കെട്ടില് ചെന്ന് തലവെച്ച്ട്ട്ണ്ട്സ്റ്റോ! ഒര് കാര്യോംല്ലാത്ത കൊറേ കേസ് കള്. ഇപ്പോ ആലോചിക്ക്മ്പൊ തോന്നും, ന്തിന്റെ കേടായിര്ന്ന് അന്നൊക്കേന്ന്!

ന്നാലും കല്യാണം കഴിഞ്ഞ് അങ്ങനത്തെ കേസൊന്നും എട്ത്തു വച്ച്ട്ടില്ല്യാട്ടാ. അതും അവർക്ക് നന്നായി അറിയാം.

അതോണ്ടൊക്ക്യേണ് ഞാൻ ഇല്ല്യാ ഇല്ല്യാന്ന് പറഞ്ഞ് പറഞ്ഞ് കുറച്ച് ദിവസം കൊണ്ട് പെരേലെ ചൊറ ഒന്ന് ഒതുങ്ങീത്.

പ്രവാസം

കല്യാണം കഴിച്ച സമയത്തണ് ഇതുപോലെ ചെവിതല കേപ്പിക്കാണ്ട് പെരേല് സൈ്വര്യല്ല്യാണ്ടായത്. മീനേടെ ആൾക്കാര് മ്മളേ വച്ചേക്കില്ല്യാന്നൊക്കെ വരെ പേടിയാർന്നു എല്ലാർക്കും.

ഹേയ് ന്തൂട്ട്ണ്, ഇങ്ങന്യ്യാക്കെ പേടിക്കാൻ നിന്നാ ജീവിക്കാൻ പറ്റ്വോന്ന് കൊറേ പറഞ്ഞു നോക്കീസ്റ്റോ.

ഒട്ക്കം മീനേം കൂടി തൊടങ്ങീപ്പഴണ് പൊന്നാനീലേ മ്മടെ തന്തപ്പിടീടെ ഒരു ഗഡിവഴി വിസ ശര്യാക്കീതും മ്മള് ദുബായ്ലേക്ക് സ്കൂട്ടായതും.

നല്ലകാലത്ത് കൊറ്ച്ച് പണി പഠിച്ച്ണ്ടായ്രുന്നോണ്ട് അവ്ടെ പണി കിട്ടാൻ വല്യ സീന്ണ്ടായില്ല്യ. വാർക്കപ്പണി നല്ലോണം അറിയാവ്ന്നോണ്ട് എളുപ്പായി.

ന്നാലും അവ്ടത്തെ കാര്യം ത്തിരി കട്ട്യണ് ട്ടാ! ചെമ്പ് ത്തിരി കൂടുതല് കിട്ടുംന്ന് വച്ച് ങ്ങ്നെ ജീവിക്കാൻ മ്മളെ മലയാള്യോള് കഴിഞ്ഞോള്ളൂ.

ഈ ഗൾഫ് ഗൾഫ് ന്നൊക്കെ പറഞ്ഞ്ട്ട്... ന്തൂട്ട് ജീവിതാസ്റ്റോ! ചൂട്ന്ന് വച്ചാ മ്മക്ക് പുത്തര്യല്ല... ന്നാലും അവ്ടത്തെ ചൂട് ഒരു ഒന്നൊന്നര ചൂട്ണ്. പൊള്ളിക്കരിഞ്ഞ് പോണ വെയിലണ്.

പണി കഴിഞ്ഞ് പോയാല്ള്ള ജീവിതോ... ഒന്നും പറയണ്ട.

ഒരു ഇത്തിരിപ്പോന്ന റൂമില് അഞ്ചാറ് പേരാണേയ്. ഒന്ന് നിന്ന് തിര്യാൻ സ്ഥലം വേണ്ടേ മന്ഷ്യന്.

തിന്നാൻ ന്തെങ്കിലും വേണെങ്കി മ്മളന്നെ വച്ച്ണ്ടാക്കീട്ട് വേണം. അതും മിക്ക ദിവസോം ആ വെടക്ക് കുബ്ബൂസ്... അല്ലെങ്കീ പച്ചരി ച്ചോറ്... ഒരു കറ്യോ, അച്ചാറൊ ഒക്കെ കൂട്ടീട്ട്. ആകൊരു വെള്ള്യാഴ്ച കിട്ടിയാലോ ഒറക്കോം അലക്കും ഒക്കെ കഴിഞ്ഞാ, അതങ്ങ്ട് തീർന്നു.

ദുബായ് സിറ്റീന്നും പറ്ഞ്ഞ്ട്ടെന്തണ്... മ്മടെ ബുർജ് ഖലീഫ കൊറേ ദൂരെ ങ്ങനെ പൊങ്ങി നിക്കണെ കാണാം! മ്മടെ ക്യാമ്പും പണിസ്ഥലോം ഒക്കെ അത്ര ദൂരത്തണ്...

പണി ഇല്ല്യാണ്ടിര്ന്ന ഒരു ഞായറാഴ്ച ഞങ്ങള് കൊറേ ഗഡ്യോള് കൂടി ഒന്ന് പോയി കാരാമേലും ദൈറേലൊക്കെ ഒന്ന് കറങ്ങി പ്പോന്നു... അന്ന് മ്മടെ ബുർജ് ഖലീഫ കുറച്ചും കൂടി അട്ത്ത്ന്ന് ഒന്നു കണ്ടു.

മ്മക്ക് തീരെ പറ്റീല്യാട്ടാ... ന്ന്ട്ടും ഒരു കൊല്ലത്തോളം കടിച്ച് തൂങ്ങ്യാ നിന്നു.

ഒട്ടും പറ്റ്ണില്ല്യാന്ന് തോന്നിത്തൊടങ്ങീപ്പഴണ് അവടെ മൊത്ത ത്തില് ഒരു മാന്ദ്യം... ബിൽഡിങ്ങ് പണിക്കൊക്കെ ഒരു കൊറവ്...

ആ താപ്പില് മ്മളാ ചാടി, നാട്ട്ലിക്ക്. വെല്യെ വിപ്ലവോക്കെ ണ്ടാക്കി കെട്ട്യേ പെണ്ണിനെ നാട്ടിൽ വിട്ടട്ട് അവടെക്കെടന്ന് നര കിച്ച് ണ്ടാക്ക്യേതൊക്കെ മതീന്ന് മ്മളന്ന് ഒറപ്പിച്ചു.

ഇവ്ടെ വന്ന്പ്പൊ തൊടങ്ങീല്ല്യേ പിന്നേം... പേടീം പേടിപ്പി ക്കലും...

ന്തൂട്ട് തേങ്ങ്യാണ്...

ഒരൂസം മ്മളങ്ങടാ ചെന്നു. ഓൾടെ വീട്ട്ല്ക്ക്.

കാര്യം മ്മളെക്കാളും നെലേം വെലേം ഒക്കെള്ള വീട്ട്കാരൊക്കെ തെന്ന്യേണ്. അവര്ടെ വീട്ട്പണിക്കും മ്മള് പോയിട്ട്ണ്ട്.

ന്തൂട്ടാ ണ്ടാവാന്ന് നോക്കാല്ലൊ!

അവൾടെ തന്തപ്പിടീടെം തള്ളെന്റേം നേരെ നിന്ന് ള്ള ധൈര്യൊക്കെ കൂട്ടിപ്പിടിച്ച് ഒരു കാച്ചാ കാച്ചി:

“കാര്യം മ്മള് ചെയ്തത് തെറ്റല്ലേന്ന് ചോയ്ച്ചാ തെറ്റണ്. ന്നാ തെറ്റാണോന്ന് ചോയ്ച്ചാ... ആണെന്ന് പറയാനും പറ്റ്ല്ല്യ. ന്റെ കൂട്യേ ജീവിക്കൊള്ളു, അല്ലെങ്കി ചാവുന്ന് പറ്ഞ്ഞ് ആ പെണ്ണ് നെലോളി ക്കണത്, നിങ്ങള് കണ്ടോന്ന് മ്മക്കറീല്യ. മ്മക്കത് കാണാണ്ട് പറ്റി ല്യല്ലൊ... അവളോട് മ്മക്കും അങ്ങന്യാക്കന്നെന്നു കൂട്ടിക്കോ. അത ല്ലാണ്ട്, നിങ്ങടെ സ്വത്തൊ പണോന്നും കണ്ട്ട്ടല്ലാട്ടാ... മ്മളുള്ളോട ത്തോളം അത് നോക്കി ങ്ങട്ട് വരില്ല്യ. അവക്ക് ഒരു ബുദ്ധിമുട്ടും ണ്ടാവില്ല്യ.”

കലിപ്പ് സീനില് എടേക്കേറാൻ വന്ന അളിയൻ ചെക്കനെ “നീയൊന്ന് പൊടിക്കടെങ്ങ്ന്റെ മന്വോ. ഇതൊന്ന് പറ്ഞ്ഞ് തീർക്കട്ടെ.

ന്ന്ട്ട് ങ്ങ്ള് എന്നെ തല്ലോ, കൊല്ലോ ന്ത് വേണെങ്കി ആയിക്കോന്ന്" പറഞ്ഞ് മാറ്റി നിർത്തി.

മ്മക്ക് പറയാന്ള്ളത് പറ്യണല്ലൊ.

"ഞാൻ അവളെ കെട്ടീത് കൂടെ പൊറ്ക്കാനണ്. ന്നട്ട് ബാക്കി ള്ളോര് പറേണ കേട്ട് വല്ല നാട്ടിലും പോയിക്കെടക്കാൻ ഇനി പറ്റ്ല്ല്യ. മ്മടെ വീട്ടിൽ അവളേം കൊണ്ട് ജീവിക്കാൻ പോവ്ണ്. അതില് ങ്ങക്ക് ആരെക്കെങ്കിലും എന്തെങ്കിലും പ്രശ്നണ്ടെങ്കില് ഇന്ന്, ദാ, ഇപ്പൊ... പറഞ്ഞോ, അടിച്ചോ തീർത്തോൾണം."

അതിന്റെടേല് ആരൊക്ക്യോ പോയി മ്മടെ പെരേല് ന്യൂസ് കൊട്ത്തു.

നെലോളിം ബഹളോം ക്കെ ആയിട്ട് മീനേം അമ്മേം വന്ന് മ്മളെ പിന്നാക്കം വലിക്കണു... നിർത്താൻ പറേണു.... അളിയൻ ചെക്കനെ അവന്റമ്മ വീട്ടിനകത്തേക്ക് പിടിച്ചു കൊണ്ടു പോണു...

ആകെ ബഹളം!

മാസ് ഹീറോ

മ്മളങ്ങനെ നെഞ്ചും വിരിച്ച് നിന്ന്, ള്ള ഡയലോഗൊക്കെ വെച്ചു കാച്ചീട്ടെന്തായി?

അന്നത്തെ സീനില് മാസ് ഹീറൊ മ്മളായിര്ന്നില്ല്യ. അത് മ്മടെ അമ്മായിച്ചൻ ശങ്കരേട്ടൻ ആയിരുന്നുന്ന് പിന്ന്യേല്ലേ മനസ്സിലായത്.

(അമ്മായിച്ചനെ മ്മള് വിളിക്കണെ പേരല്ലാട്ടാ... ത്രിശ്ശൂരാർടെ ശങ്കരേട്ടൻ ആണല്ലോ. അങ്ങേർ അങ്ങ്നെ പറ്ഞ്ഞാലല്ലേ നാട്ട്കാർക്ക് മനസ്സിലാവ്ള്ളൂ!)

മ്മളവ്ടെ കെടന്ന് കീറുമ്പോ, ഈ ഗഡി ആ സിറ്റൗട്ടില് ങ്ങനെ നിക്കണ്ന്ന്, ഒരു ഭാവോല്ല്യാണ്ട്. മ്മടെ മിഥുനത്തില് ഇന്നസെന്റേട്ടൻ നിക്കണ അതേ നിപ്പ്. ഇപ്പ തേങ്ങ്യോടയ്ക്കുംന്നുള്ള പോല്യെണല്ലോ മ്മടെ ഒരു പ്രകടനം അവടെ.

എടയ്ക്ക് മ്മടെ അളിയൻ ചെക്കൻ എറങ്ങി വന്ന് കയറ് പൊട്ടിച്ചപ്പൊ, അവനെ തറപ്പിച്ച് നോക്കീട്ട് 'കേറിപ്പോടാ'ന്ന അർത്ഥത്തില് 'ഡാ' ന്നൊരു വിളി... ചെക്കനേം പിടിച്ച് വലിച്ച് അമ്മായിമ്മ അകത്തേക്കാ പോയി.

ഒട്ക്കം മീനേം എന്റമ്മേം ഒക്കെക്കൂടി മ്മളേ പിടിച്ചുവലീം നെലോളീം ആയപ്പോ, ന്നാപ്പിന്നെ എടങ്ങേറാക്കണ്ടാന്നും വിചാരിച്ച് മ്മള് തിരിഞ്ഞ് സ്ലോ മോഷനില് നടക്കാൻ തൊടങ്ങീപ്പഴണ് പൊറകീന്നൊര് വിളി:

"ഡാ. ഒന്ന് നിക്ക്, അങ്ങന്യങ്ങ് പോയാലോ..."

"വേണ്ട, നിക്കണ്ട, മ്മക്ക് പോവാ"ന്നു കരഞ്ഞോണ്ട് മീന മ്മളെ വലിച്ചോണ്ടിരുന്നു.

"നിക്ക്, ചോയ്ക്കട്ടെ" ന്ന് പൊറകേന്ന് പിന്നേം:

“നിന്നേ തല്ലൂന്നോ, കൊല്ലൂന്നോ ഇവ്ടെന്ന് ആരെങ്കിലും പറ്ഞ്ഞ്ണ്ടാ?”

അത് ശര്യാണല്ലോ, അവരാരും അങ്ങന്യൊന്നും പറഞ്ഞ്ട്ടില്ല്യല്ലോന്ന് മനസ്സില് തോന്നീതും മ്മള് ബ്രേക്കിട്ട പോലെ അവ്ടെ നിന്നു.

“പിന്നെ നീയിവ്ടെക്കെടന്നെന്തിനണ് ഈ ഷോ കാണിക്കണെ?”

വിട്ടു കൊട്ക്കാൻ പറ്റില്ല്യല്ലോ: “ഹെയ്, ല്ല്യ. നിങ്ങടെ മോളെ കെട്ടിച്ച് തന്ന് മ്മളെ കൂടെ പൊറ്പ്പിക്കും.”

“അതേടാ... നീയീ ചങ്കൂറ്റൊക്കെ അവളെ എറ്ക്കിക്കൊണ്ടേനു മുൻപ് ഇവ്ടെ വന്ന് കാണിച്ചിര്ന്നെങ്കില് ചെലപ്പോ അതും ചെയ്തേനേ.”

ആഹാ... ഇപ്പോ അങ്ങനെ ഒരു ട്വിസ്റ്റായാ? എല്ലാരും പെട്ടെന്ന് സൈലെന്റ് ആയി.

“അപ്പൊ നിങ്ങ്ക്ക് പ്രശ്നൊന്നുല്ല്യാലെ?” ജോസേട്ടൻ ആണ് ചോദിച്ചത്.

ഹെയ്. അങ്ങേരും എത്തീണ്ടാ? ന്യൂസ് നാട്ടില് മൊത്തം എത്തീണ്ട് ല്ലോ!

“ആ... നിക്ക്, നിക്ക്, നിക്ക്... അങ്ങന്യങ്ങ് കോമ്പ്രമൈസ് ആക്കാൻ വരട്ടെ.” മ്മടെ അമ്മായിച്ചൻ തൊടങ്ങീട്ടേണ്ടായിര്ന്നൊള്ളോ:

“ഇവനും ന്റെ മോളും എവന്റെ വീട്ട്കാരും കൂടി ഈ തല്ലോളിത്തരൊക്കെ കാട്ടീട്ട് ഒരു പ്രശ്നോല്ല്യാന്നും പറഞ്ഞ് കൈ കൊട്ത്താ, പിന്നെ മ്മളാരായി?”

“പിന്നെന്തണ് ശങ്കരേട്ടാ, ങ്ങ്ടെ ഒരു നെല ഇതില്? അതു പറ. ഇന്നത്തെ കാലത്ത് ജാതീം മതോം...”

“ഹെയ്...നിക്ക് നിക്ക്... ജാതീം മതോക്കെ മ്മക്ക് ഡാഷണ്, വാർക്കപ്പണീമായിട്ട് ആ പെരേല് എവന്റെ കൂടെ മ്മടെ മോള് കഷ്ടപ്പെടണത് സമ്മതിക്കാൻ ബുദ്ധിമുട്ട്ണ്. അതിനല്ല, എവളെ ഞങ്ങള് ഇത്രേം നോക്കി വളർത്തീത്.”

മ്മടെ പണീനെ താഴ്ത്തിപ്പറേണ്ത്, അതാരായാലും, മ്മക്ക് സഹിക്കില്ല്യ:

“ആ പണിക്കെന്ത്ണ് കൊഴപ്പം? അന്തസ്സായിട്ട് മേലനങ്ങി കൂലി വാങ്ങ്ണതല്ലേ?”

“വാങ്ങിയ്ക്കോ. അങ്ങന്യെന്നെ ജീവിച്ചോ. മ്മക്ക് മ്മടെ മോള്ള് അങ്ങ്നെ ജീവിക്കണത് സമ്മയിക്കാൻ പറ്റ്ല്യാന്നേ. ഗൾഫീ പോയപ്പോ അങ്ങനേങ്കിലും രക്ഷപ്പെടുംന്ന് വിചാരിച്ചു...”

“അപ്പ അത്ണ് കാര്യം... അങ്ങനെ അവ്ടെ കെടന്നു കഷ്ട പ്പെട്ട് എവളെ ഇവിടെ കെടത്തി നോക്കി രക്ഷിക്കാൻ അല്ലല്ലോ ഞങ്ങള് കെട്ടീത്?”

“വേണ്ടാന്ന്... ഇക്കണ്ട സ്വത്തും പണോന്നും കണ്ടോണ്ട് ജനിച്ച് വീണതല്ല മ്മളും. അത് നെന്റെ വീട്ട്ലുള്ളോർക്ക് നല്ലോണം അറി യാല്ലൊ. ഒരു ചെറ്യേ അരിപ്പീടിക, മ്മടെ ശക്തൻ മാർക്കറ്റില്. ഇതിന്റെ കൊറച്ചപ്പുറത്ത് ഒരു ചെറ്യേ പെരേം. അതീന്ന് മ്മളായിട്ട് തന്നെ ണ്ടാക്കീതണ് ഇതൊക്കെ.”

“അതൊക്കെ ല്ലാർക്കും അറിയാല്ലോ... ങ്ങള് കാര്യത്തിലേക്ക് വായോ.” ജോസേട്ടൻ.

“ഒന്നുല്ല്യട ജോസേ. എവൻ എവളേം കൊണ്ട് ഇവ്ടെ വന്നു താമസിച്ചോട്ടെ. മ്മടെ ഏതെങ്കിലും കട നോക്കി നടത്തിക്കോട്ടെ. ഇനി ഇവ്ടെ താമസിക്കാൻ പറ്റില്ല്യാന്നു വച്ചാ വേറൊരു വീട് എട്ത്തൊ. അതിന്ള്ള വാടകേം കൂടി കടേന്ന് എഴ്തി എട്ത്തൊ.”

“അങ്ങനെ അച്ചിവീട്ടിലെ ഔദാര്യത്തിലു ഒരു ജീവിതം മ്മക്ക് വേണ്ടാ.. അങ്ങനെ മ്മടെ കാര്യം മാത്രം നോക്കീട്ട് അമ്മേം അച്ഛനേം നോക്കാണ്ടെ വിട്ട് പോണ ടൈപ്പല്ലാട്ടാ.”

“തന്തേം തള്ളേം നോക്കീല്ല്യെങ്കി ഞാൻ ആദ്യം നിന്നെ ആട്ടി പ്പൊറത്താക്കും. അതൊന്ന്വല്ലല്ലോ ഇവ്ടെ വിഷയം? ന്റെ മോള് ത്തിരി നെലേലും വെലേലും സമാധാനത്തോടെ ജീവിക്കണം. അതു മ്മക്ക് നിർബന്ധാ... നെന്നേക്കാളും യെവളെക്കാളും ത്തിരി ലോക വിവരം ള്ളത് കൊണ്ട് പറേണതാണ്ന്ന് കൂട്ടിക്കോ.”

“ലോകൊക്കെ മ്മളും കണ്ട്ണ്ട്. അത് വിട്...”

“ലോകോ... ഈ തൃശ്ശൂര് ട്ടാവട്ടം വിട്ടാ പിന്നെ ബുർജ് ഖലീഫ അല്ലെ നീ കണ്ട്ക്കണേ? അതും എത്ര കാലം? അത് കയ്യീ വച്ചാ മതീട്ടാ...”

“എനിക്കവ്ടെ കൊഴപ്പൊന്നുല്ല്യ...”ന്ന് മീന.

“ടീ മീനേ, നെനക്ക് സൗകര്യങ്ങള് ഇള്ള പോലെ മതീന്ന് നീ എന്നോട് പറെയര്ത്ട്ടാ... ഇന്നും ന്നലേം കാണാൻ തൊടങ്ങീത ല്ലല്ലോ നിന്നെ? ഇപ്പൊ വാശിക്ക് നീ ഇതൊക്കെ പറയും...” എന്ന്ട്ട് മ്മളെ നോക്കി ഇങ്ങനേം:

“ഡാ, ഇവ്ള് നീ വിചാരിക്കണ പോല്യോന്ന്വല്ലാട്ടാ... ഇത്തിരി കഴിഞ്ഞാ നിന്നെക്കൊണ്ട് മൂക്കോണ്ട് ക്ഷേം ജ്ഞേം ഒക്കെ വരപ്പിക്കും.”

അത് മീനയ്ക്ക് ത്തിരി കൊറച്ചിലായീട്ടാ. വിട്ടു കൊടുക്കാൻ പറ്റില്ല്യല്ലോ:

“ആയ്ക്കോട്ടെ. നിങ്ങളെ ബുദ്ധിമുട്ടിക്കാൻ ചത്താലും കേറി വരണില്ല്യ... അത് പോരെ?”

“ഹേയ്... ഇദണ് കൊഴപ്പം! തോന്ന്യാ കേറി വരാൻ മട്യ്യോന്നും തോന്നണ്ടാന്നണ് പറയണേ. ഇദ് നിന്റെ വീടന്നേ.”

“ടീ മീനേ, നീ നാട്ട്കാരെക്കൊണ്ട് പറേപ്പിക്കാണ്ട് അവനേം വിളിച്ചോണ്ട് പോയേ.” അവൾടെ അമ്മ തിരിച്ച് വന്നൂന്ന് അപ്പളണ് മ്മളൊക്കെ ശ്രദ്ധിക്കണത്:

“ഇവിടാർക്കും ആരേം തല്ലാനും കൊല്ലാനും ഒന്നുല്ല്യ. പിന്നെ, കൊറച്ച് ദെണ്ണണ്ട്. നെനക്ക് എന്നോടെങ്കിലും ഒന്ന് പറയാര്ന്നു. ഒന്നും പറ്യാണ്ട് ങ്ങട്ട് പൊറപ്പെട്ട് പോവാ? ആ ദെണ്ണം തന്തയ്ക്കും തള്ളയ്ക്കും ഇല്ല്യാണ്ടിരിക്ക്വാ? ഇനി അതൊന്നും പറഞ്ഞ് നിക്കണ്ട... പോവാൻ നോക്ക്. ന്തെങ്കിലും ആവശ്യണ്ടെങ്കി വിളിക്കാൻ ഒരു മടീം വേണ്ടാട്ടാ. അദിപ്പോ അച്ഛന്യോ, എന്ന്യോ, മനുന്യോ... അദ് മനസ്സില് വച്ചോ...”

ആഹാ, അപ്പ എവളിത് വീട്ടിലൊന്നു പര്യേം കൂടി ചെയ്യാണ്ടണാ ഒളിച്ചോടലും രഹസ്യ കല്യാണോം ഒക്കെ?

ആകെ ഡാർക്കാക്ക്യേ കൊറെ കഥകളും തലേലിട്ട് ണ്ടാക്കി ഹീറൊ കളിക്കാൻ വന്ന മ്മളിപ്പോ മൊത്തത്തില് ഐസായിഷ്ടോ.

“നീ പെരേല്ക്ക് വാട്ടാ”ന്ന് മീനെ ഒന്നു തറപ്പിച്ചാ നോക്കി.

“ഞാൻ പറഞ്ഞാ, ഇവ്ടെ വന്നു ഷോ കാണിക്കാൻ, എന്ന്ട്ട് എന്തൂട്ടണ് എന്റെ നേരെ”ന്നൊരു നോട്ടം അവള് തിരിച്ചും.

വെടിക്കെട്ട് കാണാൻ പോയി പരിപാടി മൊത്തം ക്യാൻസലായ പോലെയായി കൂടി നിന്ന നാട്ട്കാർ.

‘എവനിദെന്തിന്റെ കേടായിരുന്നു’ എന്ന പോലെ മ്മളെ നോക്കണ് എല്ലാരും.

അല്ല, ശര്യല്ലേ? എന്തിന്റെ കേടായിരുന്നു?

വിശേഷങ്ങൾ

ചത്താലും കേറി വരണില്ല്യാന്നൊക്കെ സ്റ്റൈലില് കീച്ചീട്ട് വന്ന്ത ണെങ്കിലും അന്ന് മൊതല് മീനയ്ക്ക് എടക്കെടക്ക് ഒരു എടേളക്കം വരും, മ്മക്കൊന്ന് വീട്ടീ പോയാലോ, പോയീട്ട് ഒടനെ പോരാം ന്നൊക്കെ. വാശ്യ്യാന്നും അല്ലെങ്കിലും മ്മക്ക് നല്ല മടീണ്ടായിരു ന്നോണ്ട് പോയില്ല്യ.

അങ്ങനെരിക്കുമ്പഴണ് മ്മക്ക് ഗുഡ് ന്യൂസ് കിട്ട്ണത്. നാട്ട്കാ രടെ ഭാഷേ പറഞ്ഞാ മീനയ്ക്ക് 'വിശേഷം' ആയി.

ഇനി അതും പിടി കിട്ടാത്തോര്ണ്ടോ? ഹെയ്, മ്മളെ റൂമില് വിളിച്ച് ആലീസ് ഡോക്ടറ് പറഞ്ഞുന്ന്: "ചെലവ്ണ്ട് ട്ടാ... അച്ഛനാവാൻ പോണല്ലേ?"

ലഡ്ഡു ഒക്കെ വാങ്ങി ചെലവ് ചെയ്യണംന്നണ് ഡോക്ടര് ഉദ്ദേ ശിച്ചത്ട്ടാ. മ്മക്ക് അത് കേട്ടപ്പ തോന്നീത് 'കിണ്ണങ്കാച്ചി ചെലവ് വരണ് ണ്ട്ട്ടാ...'ന്നണ്.

കാര്യം ഗൾഫിലൊക്കെ പോയെങ്കിലും കാര്യായിട്ടൊന്നും ണ്ടാക്കീട്ട്ല്ല്യ. ണ്ടായിർന്നത് എട്ത്തണ് വീടൊന്ന് വാർത്തത്. സത്യം പറഞ്ഞാ സേവിങ്ങ്ന്നൊന്നും പറഞ്ഞ് പത്തിന്റെ പൈസ കയ്യി ലില്ല്യ.

ന്തായാലും പണി ഒന്നൂടെ ഉഷാറാക്കണം... ഇനി പഴേ പോലെ പറ്റില്ല്യല്ലൊ.

അതിനും കുറച്ച് ദിവസം മുമ്പണ്... അതും കൂടി ഇവ്ടെ പറ ഞ്ഞാലേ മൊത്തം ഗുമ്മാവൊള്ളോ:

മ്മടെ മനൂന്, മ്മടെ അളിയൻ ചെക്കനേയ്, പൊറത്ത് ന്തെങ്കിലും ജോലി നോക്കണംന്ന് ഒര് മോഹം! അത് കൊറച്ചു നാളായി ണ്ടത്രേ!

അവനെ മ്മടെ ചേറൂരെ എഞ്ചിനീയറിങ്ങ് കോളേജീ പഠിപ്പി ക്കണം ന്നൊക്കെയാർന്നു ശങ്കരേട്ടന്റെ ആഗ്രഹം. അയ്ന് ചുള്ളൻ

എൻട്രൻസൊക്കെ പാസാവണ്ടേ. അങ്ങനെ അത് നടക്കാണ്ടായപ്പോ മാംഗ്ലൂരിലോ മൈസൂരിലോങ്ങാണ്ട് അയച്ച് പഠിപ്പിച്ചതണ്.

'നെന്റെ അളിയൻ ചെക്കൻ എന്തണ്ടാ പ്പ ചെയ്യണേ'ന്ന് ഒരിക്കെ ഉച്ചയ്ക്ക് ഉണ്ടോണ്ടിരിക്കുമ്പോ ജോസേട്ടൻ ചോയ്ച്ചിരുന്നു. പൊറ്ത്ത് പോണംന്ന് പറഞ്ഞ് കയറ് പൊട്ടിക്കണ്ട്ന്ന് കേട്ടൂന്ന് പറഞ്ഞതണ്.

മ്മള് അപ്പ പണിതോണ്ടിര്ന്ന വീടിന്റെ മൊതലാളി മലേഷ്യേല് ഏതോ കമ്പനീടെ തലപ്പത്ത്ള്ള ആളാണ് ത്രേ. മ്മക്ക് ചുള്ളനെ നേരിട്ട് പരിചയൊന്നുല്ല്യ. ജോസേട്ടൻ അങ്ങേര്ടെ അടുപ്പം വച്ച് ആ ചുള്ളനെ കണ്ടപ്പോ നേരിട്ട് കാര്യാ പറഞ്ഞു.

ഒന്നും പറ്യണ്ടസ്റ്റോ... ദിഡിപിടീന്ന് അങ്ങേര് എല്ലാം ശരിയാക്കി മ്മടെ അളിയൻ ചെക്കന് പറക്കാന്ള്ളത് വരെ റെഡ്യായി!

തേങ്ക്സ് പറയാൻ വിളിച്ച ശങ്കരേട്ടനോട് മ്മടെ മൊതലാളി ചുള്ളൻ പറഞ്ഞുത്രേ... മ്മടെ കൂടെള്ള ചെക്കന്റെ അളിയനണ്, മ്മക്ക് വേണ്ടപ്പെട്ട ഡാവണ്ന്ന് ജോസേട്ടൻ കാര്യായി പറഞ്ഞോണ്ടണ് അങ്ങേര് അതൊക്കെ ചെയ്തത് ന്ന്!

അതോട് കൂടി ജോസേട്ടന്റെ കൂടെ, ഫ്രീ ആയി, മ്മളും ശങ്കരേട്ടന്റെ കണ്ണില് വല്ല്യാളോളായി... വീട്ടിച്ചെന്ന മ്മളെ ഒടക്കി വിട്ടേന് നല്ല വെഷമോം ണ്ടായീണ്ടാവും.

അങ്ങന്യൊക്കെ ഒന്നു മൊത്തം തെളിച്ചം വന്ന് തൊടങ്ങിയ ഒരു സമയത്തണ് മ്മക്ക് ഇങ്ങനെ ഒരു ഗുഡ് ന്യൂസും കൂടി കിട്ടണത്. അപ്പപ്പിന്നെ പറയണൊ? അത് കേട്ട പാതി കേൾക്കാത്ത പാതി ശങ്കരേട്ടനും മ്മടെ അമ്മായമ്മേം കൂടി മ്മടെ പെരേല് എത്തി.

പിന്നെ അവരിങ്ങ്ട്ട് വരണു, മ്മളങ്ങോട്ട് പോണു... മീനേടെ ടെസ്റ്റും സ്കാനിങ്ങും എട്ക്കാനും ക്കെ ടൗണിപ്പോക്ക് ശങ്കരേട്ടന്റെ കാറില്... ഒന്നും പറയണ്ടന്റെ ചങ്ങായി... അള്യേൻ ചെക്കനെ ഫ്ളയ്റ്റ് കേറ്റാൻ വരെ മ്മള് പോയീന്ന്.

കാര്യം അത്രയ്ക്കൊക്കെ ആയെങ്കിലും അവർടെ കട നോക്കി നടത്താന്ള്ള അങ്ങേര്ടെ ആവ്ശ്യം മാത്രം മ്മള് സമ്മതിച്ചില്ല്യാട്ടാ... മ്മള് മ്മടെ ജോസേട്ട്ന്റെ കൂടെന്നെ പണിക്ക് പോയി.

മ്മട്യൊക്കെ ലൈഫ് ങ്ങനെ ചാപ്റ്ററ് മാറണ പോലെ മാറി മറിഞ്ഞ് വരണ കണ്ട്ണ്ടാ? അതുപോലൊരു മാറി മറയലില് മ്മടെ പ്രശ്നങ്ങളൊക്കെ തീരുംന്ന് മ്മക്കെല്ലാർക്കും തോന്നീം തുടങ്ങി.

മൊത്തം ജീവിതം അർമ്മാദിക്കാൻ തൊടങ്ങീതണ്.

നാട്ടിലാണെങ്കീ പൂരോം, (ഏത്? മ്മടെ തൃശ്ശൂർ പൂരം മാത്ര ല്ലാന്ന്, മ്മടെ നാട്ടിലെ എടയ്ക്കെടയ്ക്ക് പൂരങ്ങളല്ലേ?) പെരുന്നാ ള്ളോളും ഒക്ക്യേയായിട്ട് മൊത്തത്തില് ഒരു കളറായി നിക്കണ സമയോം.

വാർക്കപ്പണി ആയോണ്ട് മ്മക്ക് പണിക്ക് മൊടക്കോ, ലീവോ ഒന്നും ല്ല്യാട്ടാ... ഒര് ദിവസം പോയില്ലെങ്കി അത്രേം കാശ് മ്മക്ക് പോയി. പിന്നെ ജോസേട്ടന്റെ വായ്ലിരിക്കണത് കേക്കേം വേണം.

മ്മടെ കൂട്ടത്തില്, ഓഫീസില് ജോലീള്ള ചെല ചുള്ളന്മാര് പറ്യണ കേക്കണെസ്റ്റോ... ഈ സീസൺ വന്നാല് ആഴ്ചേല് രണ്ടോ മൂന്നോ ദിവസം ആൾക്കാര് ഓഫീസിലൊക്ക വന്നാലായി... ഹേയ്, പൂരോം പെരുന്നാളും ഇങ്ങ്നെ നെരന്ന് നെരന്ന് കെടക്ക്ല്ലേ?

അക്കാര്യത്തില് മ്മടെ നാട് ഒരൊന്നൊന്നര നാട് തന്ന്യേണ്ട്ടാ...

കുത്ത്

അങ്ങനെ വെട്ടും കുത്തൊന്നും ഇല്ലാണ്ടെ, പൂരങ്ങടെ നാടായന്നെ മ്മടെ നാട് ഒന്ന് മിന്ങ്ങി വര്മ്പഴാണ് വാർക്കപ്പണീടെടേല്ക്ക് അവന്റെ എന്റ്റി! മ്മടെ സാജൂന്റെയ്.

“ടാ, നീയെന്താ ഇവ്ടെ?” ജോസേട്ടൻ ചോദിച്ചത്, കൊറ്ച്ചധികം പരിഭ്രമത്തോടെ തന്ന്യേണ് ട്ടാ.

“മ്മളെത്തി, ജോസേട്ടാ...” ചുള്ളൻ നെഞ്ചും വിരിച്ച് നിന്ന് ചിരിക്ക്യണ്:

“ഡാ ചെമ്പാ, രാജ്വോ, സേവ്യറേട്ടാ, നി മ്മളൂണ്ട്ട്ടാ പണിക്ക്.”

“നീയ്യാ? പണിയ്ക്കാ? ബെസ്റ്റ്! നിയ്യ് ഇവ്ടെ സീന്ണ്ടാക്കാൻ നോക്കാണ്ട് തെറിക്കാൻ നോക്ക്യേ... ഉം... പോ.. പോ...” ജോസേട്ടൻ ആകെ വെകിളി പിടിച്ച പോലെയായിര്ന്നു.

“ങ്ങള് പൊടിക്കൊന്നടങ്ങ് ജോസേട്ടാ... എല്ലാം പറഞ്ഞ് കോമ്പ്രമൈസ് ആക്കീട്ട്ണ്ട്,ന്ന്. മ്മളെ മ്മടെ പാർട്ടി നോക്കാണ്ടിരിക്ക്യോ?”

കൊറച്ച് മാറിനിന്ന് മൊബൈലില് ആര്യോ വിളിച്ചു, എന്തൊക്ക്യോ ചോയ്ക്ക്യേം പറ്യേം ക്കെ ചെയ്തേന് ശേഷണ് ജോസേട്ടന്റെ ശ്വാസൊന്ന് നേരെ വീണത്.

എസ്സൈ ശേഖരൻ സാറിനെത്തന്നെ ആവും. കൊഴപ്പണ്ടെങ്കില് സാറ് പറയും, നിർത്തണ്ടാ, സ്കൂട്ടാക്കിക്കോന്ന്.

“കാര്യൊക്കെ ശര്യണ്. കൊഴപ്പണ്ടാവില്യാന്നണ് ശേഖരൻ സാറ് പറേണ്ത്. ന്നാലും നീ കൊറച്ച് ദെവസം കൂടി അധികങ്ങട് കറങ്ങി നടക്കണ്ടാന്നണ് ന്റെ ഒരു...”

“ങ്ങള് പെടയ്ക്കാണ്ടിരി ജോസേട്ടാ. മ്മള് വെർതേ നിങ്ങള്യൊക്കെ കാണാൻ എറങ്ങീതണ്. സലീമിക്ക ദിപ്പ വരും മ്മളെ കൊണ്ടോവാൻ. കൊറച്ച് നാള് അവർടെ കൂടെന്നെ. സീനൊന്നുല്ല്യാന്ന്... എല്ലാം സെറ്റണ്.”

എല്ലാരും ചുറ്റും കൂടി, അവന്റെ വിവരങ്ങളറിയാൻ. വാർക്ക നടക്കണ രണ്ടാം നെലേല് കട്ട വെയിലായോണ്ട്, ഒന്നാമത്തെ നെലേലയ്ക്ക് ല്ലാരും പോന്നു.

ചുള്ളന്റെ ഡയലോഗൊക്കെ കേട്ടോണ്ട് വണ്ടറടിച്ച് മ്മളൊക്കെ ചുറ്റും. പണി മൊത്തം ഒരു ഷോർട്ട് ബ്രേക്കിലായി. എന്തിന് പറ്യണെ, പണി നോക്കി മ്മളേ ചാടിച്ച് നിർത്താൻ വന്ന സൈറ്റ് സൂപ്പറവൈസറ് വരെ ആ കൂട്ടത്തില് ണ്ടായിരുന്നു...

ചെക്കൻ നാട്ടിലെത്തീട്ട് രണ്ട് ദിവസായീന്ന്. പാർട്ടീലെ കൃഷ്ണേട്ടന്റേം ചില ശിങ്കിടിമാര്ടേം സംരക്ഷണേല്, ഏതാണ്ട് ഒരു ഒളിവില്, ആയിര്ന്നു ഇതു വരെ.

പെരേല് ചെന്ന് അമ്മേം പെങ്ങളേം കണ്ടു. അതിന്റെടേല് മറ്റേ പാർട്ടിക്കാരുമായിട്ട് ചില കോമ്പ്രമൈസ് ചർച്ചകൾ അവന്റെ പാർട്ടിക്കാര് നടത്തീരുന്നു. ഇപ്പോ എല്ലാം കോമ്പ്രമൈസ് ആയി, ഒന്നും പേടിക്കാനില്ല, എന്നാണ് അവര്ടെ ഉറപ്പ്ത്രേ.

ഏത് പാർട്ടി കോമ്പ്രമൈസ് ആക്കീന്ന് പറഞ്ഞാലും കുത്ത് കൊണ്ട് വടിയായോന്റെ കുടുംബക്കാരും ഗഡ്യോളും ഒക്കെ അങ്ങനെ അട്ങ്ങി ഇരിക്ക്യോന്ന് മ്മടെ മനസ്സില് സംശയം തോന്നീത് വെറുത്യെയായില്ല്യ.

അത് ബോധ്യാവാൻ അധികം ടൈമും എട്ത്തില്ല്യ.

ദാ വന്നു, ഒരു പിക്കപ്പ് നെറച്ച് കൊറേണ്ണം താഴെ. കണ്ടാലേ അറിയാരുന്നു, കട്ട കലിപ്പിലാന്ന്. ഇരുമ്പ് വടീം കത്തീം അങ്ങനെ ന്തൊക്ക്യോണ്ട് കൈയ്യില്...

'ദേഡാ ആ ***, വിടര്തവനേ...'ന്നും പറഞ്ഞു മുന്നില്, അന്ന് കുത്തുകൊണ്ട് പടായ ഷൺമുഖന്റെ അനിയൻ രാമേന്ദ്രൻ. പിന്നാലെ നല്ല ഗുണ്ടാ ലുക്ക്ള്ള കുറേയെണ്ണോം.

'ഓടിക്കോടാ...'ന്ന് ജോസേട്ടൻ വിളിച്ച് പറയണേന്റെ മുമ്പന്നെ മ്മടെ ചുള്ളൻ പണി തീർന്നോണ്ടിരിക്കണ സ്റ്റെയർകേസിന്റെ അട്ത്തെക്ക് ഓടി. പോയതിലും വേഗത്തില് തിരിച്ചും. അതീക്കൂട്യാണല്ലോ ആ പട മൊത്തം വരണ്ത്. പിന്നെ എന്താണ് ചെയ്യേണ്ടതെന്ന് അറിയാതെ അങ്ങട്ടും ഇങ്ങട്ടും...

സ്റ്റെയർകേസ് കേറി വരണ ആ ടീംസ്നെ തടയാനും എന്തെങ്കിലും പറഞ്ഞ് നിർത്താനും ജോസേട്ടനും സേവ്യറേട്ടനും കൊറേ ചേച്ചിമാരും കൂടി നിന്നു.

അതിനെടേല് ചുള്ളനെ എങ്ങനേങ്കിലും ഒളിപ്പിക്കാനോ താഴെ എറക്കാനോ വഴിണ്ടോന്ന് കൊണ്ടുപിടിച്ച ശ്രമത്തിലായിരുന്നു, മ്മളൊക്കെ.

വെറളി പിടിച്ച് വരണ ആ പോത്ത്കളോട് മ്മടെ ഗഡ്യോളൊക്കെ കൂട്ട്യാ കൂടൊ?

അവര് കേറി വരണ ബഹളോം കൂട്യായപ്പോ, മ്മടെ ചെക്കൻ ഒരൊറ്റ ഓട്ടം രണ്ടാം നെലേല്ക്ക്... ഈശോ, ഈ ചെക്കനെന്തിനാ മോളില്ക്ക് പോണേന്നും ചോയ്ച്ചോണ്ട് സേവ്യറേട്ടനും അതിന്റെ കൂടെ മ്മള് ചെലോരും പിന്നാലേം.

ചെക്കൻ അവ്ടെന്നെങ്ങാനും എട്ത്ത് ചാടോന്നൊക്ക്യേയാർന്നു, മ്മടെ പേടി. ഒര് വിധത്തില് ല്ലാരും കൂടെ ചുള്ളനെ പിടിച്ചു നിർത്തീന്ന് പറഞ്ഞാ മതീല്ലോ.

സത്യം പറയാച്ചാല്, ഇനിപ്പോ എന്താ കാണിക്കണ്ടേന്ന് ഒരു പിടീം ആർക്കും ണ്ടായിര്ന്നില്ല്യാട്ടാ...

നേരത്തെ കണ്ട ധൈര്യോം ചങ്കൂറ്റോന്നും സാജൂന് അപ്പ ണ്ടായില്ല്യ... ചെക്കൻ കിട്കിടാന്ന് വെറക്ക്യണ്. അതിനെടേല് പോക്കറ്റിന്ന് മൊബൈലെട്ത്ത് കുത്തി ആര്യ്യൊക്ക്യോ വിളിക്കാനും നോക്കി. കിട്ടാണ്ടായപ്പോ കൊറെ തെറീം പറഞ്ഞ് മൊബൈല് വലിച്ച് ഒരേറ്.

“ഡാ രാമേന്ദ്രാ, നീ ഇവ്ടെ പ്രശ്നോന്നും ണ്ടാക്കാണ്ട് പോട്ടാ... മ്മടെ ജോർജ്ജേട്ടന്റെ ബിൽഡിങ്ങണ്. അങ്ങേരെ ഓർത്തെങ്കിലും... ഈ പാർട്ടി ഗുണ്ടായിസോന്നും ഇവടെ പറ്റ് ല്ല്യാട്ടാ...”ന്നൊക്കെ ജോസേട്ടൻ എല്ലാ അടവ്കളും പയറ്റി നോക്ക്ണ്ണ്ടായിരുന്നു.

അതിന്റെ എടേല് സാജൂനെ മ്മടെ പിന്നിലാക്കി ഒരു മതില് പോലെ നിന്ന് മ്മടെ വക അവന്മാരെ പറഞ്ഞു നിർത്താന്ള്ള എല്ലാ അടവ്കളും മ്മളും നോക്കി.

ആകെ മൊത്തം കലിപ്പ് സീനായീന്ന് പറഞ്ഞാ മതീല്ലോ. അടി, ഇടി, വെട്ട്, ബഹളം...

കൈ തെറ്റി വേറെ ആരേം ചാമ്പിക്കളയര്ത്,ന്ന് വന്നോർക്ക് ഓർഡറ് ണ്ടായിര്ന്ന്ണ്ടാവണം... അവര് സൂക്ഷിച്ചണ് ബലം പിടിച്ചതും കത്തി വീശീതും ഒക്കെ...

അതിന്റേടേലണ് മ്മടെ ചുള്ളൻ ആവേശം കേറി ങ്ങട്ട് കേറി നിന്ന് കൊറേ തെറീം കൊലവിളീം... മ്മടെ നേരെ മുമ്പില്.

“ഡാ... വേണ്ടാ...’ന്നും പറഞ്ഞ് മ്മളവനെ പിടിച്ചു പിന്നാക്കം കൊണ്ടോവാൻ നോക്കലും, തെളങ്ങണ കത്തി ഒരെണ്ണം സൈഡി ക്കൂടെ വരണതും ഒരുമിച്ചായി.

മ്മടെ വലീല് സാജു പിന്നാക്കം ചാഞ്ഞത് അവ്ന് ഒക്കത്തെ ലക്കായി.

ന്നിട്ടെന്തായി? ആ കത്തി വന്ന് കേറീത് മ്മടെ പള്ളേലും!

നേരെ കേറീർന്നെങ്കില് മ്മള് ആദ്യേ പറഞ്ഞ പോലെ ഇതൊര് അടാറ് കുത്ത് കേസ് ആയേനേം... മ്മള് അവടെ കെടന്ന് കുത്തു കേസിലെ രക്തസാക്ഷീം ആയേനേം.

പക്ഷെ മ്മടെ പിടിവലീല് പിന്നാക്കം വീണ സാജൂന്റെ വെയിറ്റ് മ്മളെം ഒന്നു സൈഡാക്ക്യോണ്ട് കുത്ത് കൊണ്ടത് മ്മടെ വയറിന്റെ സൈഡിലണ്.

ന്നാലും കുത്ത് കുത്ത് തന്ന്യേണല്ലാ. മ്മള് ശരിക്കൊന്ന് ഞെട്ടി... നല്ല ബെസ്റ്റ് പെയിനും...

ഇനീം കുത്ത്വോന്ന്ള്ള പേടീം കൊണ്ട് മ്മള് ഒന്ന് രണ്ട് ചോടും കൂടി പിന്നോട്ടാ മാറി... ആ രണ്ടാമത്തെ ചോട് വച്ചത് വാർത്ത് വരണ രണ്ടാം നെലേടെ എഡ്ജിലണ്...

പിന്നെ എല്ലാം വളരെ പെട്ടെന്നായിർന്നു.

വെട്ടീട്ട പോലെ താഴേക്ക് പോന്നതും താഴെ അടിച്ച് വീണതും വരെ ഓർമ്മേണ്ട്....

നല്ല അടാറ് വീഴ്ച.

അതോടെ മൊത്തം ബ്ലാങ്കായതണ് പൂരപ്പറമ്പില് മേളത്തിന്റെ ടേല് മൊത്തം കറണ്ടാ പോയ പോലെ.

ആകെ ഇര്ട്ട്!

തിരിച്ചറിവ്

സ്വർഗ്ഗണോ, നരകണോ, അതോ മ്മടെ മതങ്ങളിലൊക്കെള്ള ഗഡ്യോൾക്കൊന്നും ഇത് വരെ മനസ്സിലാവാണ്ടിര്ന്ന വേറേതെങ്കിലും പരലോകാണോ ന്നറിയാത്ത ആ ഇര്ട്ടില് മ്മളങ്ങനെ നിക്ക്ണ്.

നിക്ക്ണ് ന്ന് പറഞ്ഞാല്... അതിപ്പോ... നിക്കാണൊ, ഇരിക്കാണൊ, കെടക്കാണോന്നൊക്കെ വ്യത്യാസണ്ടാവണേങ്കി മ്മടെ ബോഡി ണ്ടാവണല്ലോ!

മ്മടെ പേരുവിളീം, വെശക്കണ് ണ്ടോ, വേദനേണ്ടോന്നൊക്കെ എതൊക്ക്യോ സൗണ്ടില് ആരൊക്ക്യോ ചോദിക്കണ്തിനെടക്കണ് മീനേടേം അമ്മേടേം സൗണ്ട് മ്മള് ശ്രദ്ധിച്ചത്ട്ടാ...

അവരും മ്മളെ വിളിക്കണ്ണ്ട്... കരേയണും ണ്ട്.

ഹെയ്... ഇത് ആദ്യേ കൺഫ്യൂഷൻ ആക്കീലോ. ഇവരെങ്ങ്നെ ഇവ്ടെ? വേറേം പലോർടേം സൗണ്ട്ണ് പലപ്പോഴും കേക്കണത്. ആരൊക്ക്യാണാവോ.

കണ്ണ് മൊത്തം ഇപ്പഴും ഇര്ട്ടണ്. ദേഹൊന്നും ണ്ടോന്ന് തന്നെ അറിയണില്ല. വേദന്യൊന്നും തോന്നണുല്യ.

അങ്ങനെ മ്മള് വണ്ടറടിച്ച് മുമ്പോട്ടാ പോവുമ്പഴണ്, എടക്കെടയ്ക്ക് കേക്കണെ ഈ ഡയലോഗ്കള് മ്മള് ഒന്ന് ശ്രദ്ധിക്കാൻ തൊടങ്ങീത്. അങ്ങന്യേണ്, മ്മടെ സ്ഥിതീനെപ്പറ്റി ഏതാണ്ട് ഒരു ധാരണ മ്മക്ക് കിട്ടണത്.

മ്മടെ ഏഷ്യാനെറ്റ് ന്യൂസിലൊക്കെ കാണിക്കണ പോലെ, 'ബ്രേക്കിങ്ങ് ന്യൂസ്' എന്താണെന്ന് വച്ചാല്, അതിതണ്:

മ്മള് പടായിട്ടില്ല്യ! ഏതോ ഹോസ്പിറ്റലില് ഐസിയുലണ്.

ഭാഗം രണ്ട്

കോമ

എന്ന അവിരാമം

കോമ

അപ്പൊ അതാണ് സത്യാവസ്ഥ! മ്മടെ ജീവിതത്തിന് ഒരു ഫുൾ സ്റ്റോപ്പായീന്നാണല്ലോ മ്മള് വിചാരിച്ചത്.

അങ്ങനെ കുത്തല്ല, ഒരു കോമ ഇട്ടതാണത്രെ!

ഈ കുത്ത്ന്ന് വച്ചാ ആ വാചകത്തില് പറയാന്ള്ളത് അവ്ട്യാ തീർന്നു. ഇംഗ്ലീഷില് പറേണ പോലെ, ഒരു ഫുൾ സ്റ്റോപ്പ്.

കോമാന്ന് പറ്യുമ്പോ കുത്ത് പോലെ ഒരു വാചകം അവസാനിപ്പിക്ക്യല്ലല്ലോ... ഇനീം പറയാൻ ണ്ട്ന്നും കാണിച്ച് ഒരു ചെറിയ ബ്രേക്ക് എട്ക്കണതാണ്ല്ലൊ.

ഹൗ... പിച്ചി കക്ഷത്തിലെ തൊലി പൊളിച്ചിട്ടാണെങ്കിലും ദാമോദരൻ മാഷ് പഠിപ്പിച്ച ആ വ്യത്യാസം ഇപ്പഴും മറന്നിട്ട്ല്ല്യട്ടാ. ന്നാലും നിർത്താനല്ലെങ്കി പിന്നെ ഈ കോമ അവിടെ ഇട്ന്നതെന്തിനാണെന്ന് അന്നും ഇന്നും മ്മക്ക് മനസ്സിലായിട്ട്ല്ല്യട്ടാ... ഇനി അത് ചോദിച്ച്ട്ട് അടുത്ത് പിച്ച് കിട്ടണ്ടല്ലോന്ന് വിചാരിച്ച് അന്നും ചോയ്ക്കാൻ പോയില്ല്യ.

അപ്പോ, മ്മടെ ലൈഫ് എന്ന ഒരു വാചകത്തിന്റെ ഒരു ഭാഗം കഴിഞ്ഞ്, ഇനീം എന്തോ പറയാൻ വേണ്ടി ഇട്ട ഒരു കോമയണ്ത്രെ, പ്പ മ്മടെ അവസ്ഥ.

ഇതിപ്പോ ആരാണിര്ന്ന് ഈ കുത്തും കോമേം മ്മട്യ്യൊക്കെ ലൈഫിന് ഇട്ന്നത് ന്ന് ഒരു പിടീം ഇല്ല.

ഏത് ഹോസ്പിറ്റലണ്ന്ന് പിടികിട്ടീല്ല്യട്ടാ. ജൂബില്യ്യോ, വെസ്റ്റ് ഫോർട്ടോ ആവും... ഇനി അവട്യ്യോന്നും പറ്റാണ്ട് മെഡിക്കൽ കോളേജില്ക്കോ, ഇനി വല്ല എറ്ണാകൊളത്തേക്കോ കൊണ്ട് പോയതണോന്നും അറിയില്ല്യ.

ബോഡി മൊത്തം തളർന്ന് കോമേലണ് കെടപ്പ്ന്നണ് ഏതാണ്ട് മ്മക്ക് മനസ്സിലായത്ട്ടാ.

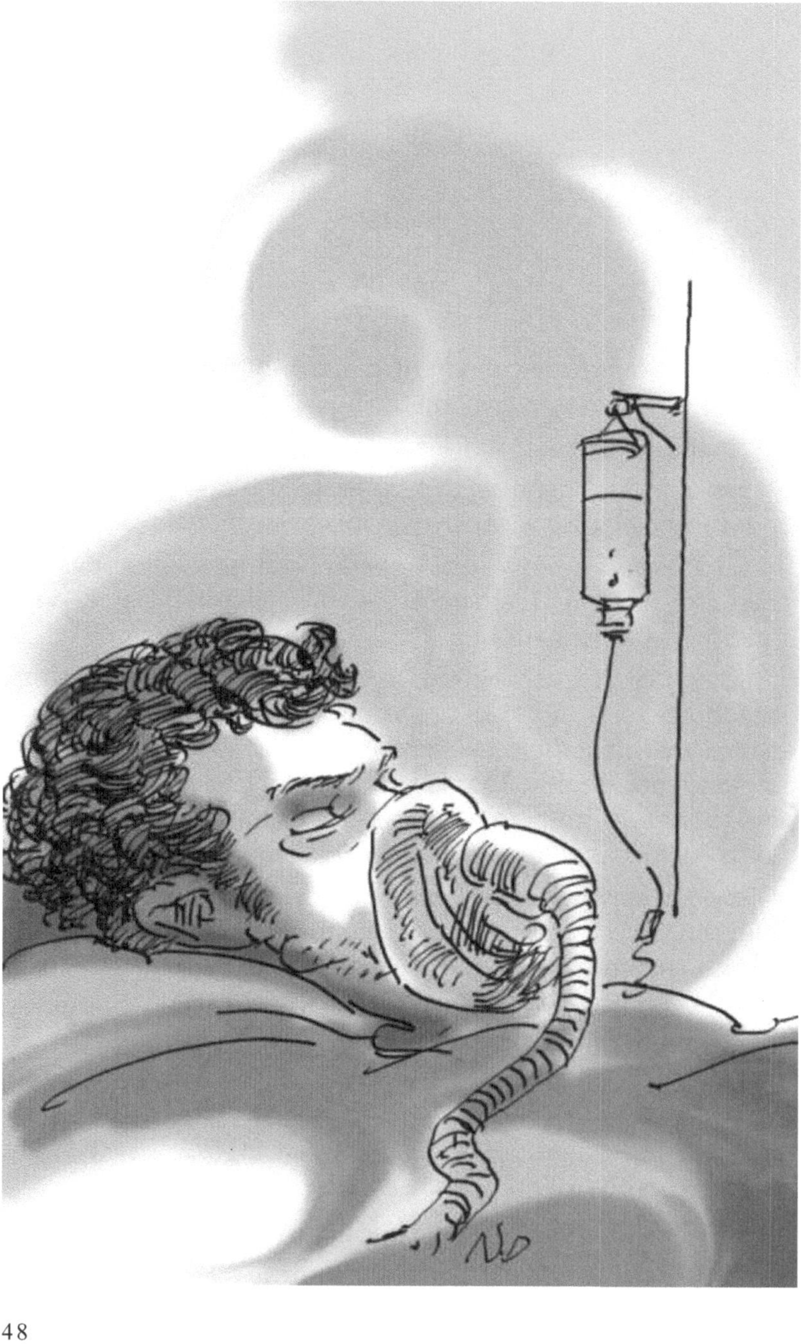

പണ്ടും കൊറേ കേട്ട്ണ്ട്, സിനിമേലും സീരിയലിലും എപ്പഴും ണ്ടല്ലോ. നല്ല കലിപ്പ് മ്യൂസിക്ക് ഒക്കെ ഇട്ടട്ട്... ഒരനക്കല്ല്യാണ്ട് ഓരോ ഗഡ്യോള് ങ്ങനെ ഒറ്റക്കെടപ്പ്.

ശരിക്ക്ള്ള ലൈഫില്, ഒരിക്കല് കേട്ടിട്ട്ണ്ട്; മീനേടെ അകന്ന ബന്ധത്തില് ഒരു ചുള്ളൻ... കോളേജിലായിട്ടൊള്ളോ. അപ്പഴക്കും ബൈക്ക് വേണം; അതും ചെറ്തൊന്നും പറ്റ്ല്ല്യല്ലോ... നല്ല സൂപ്പറ് ബൈക്ക് തന്നെ വേണം. എന്ന്ട്ട് അതിലങ്ങനെ കത്തിക്ക്യന്നെ... ഒരൂസം കുന്നംകൊളം റൂട്ടില് മ്മടെ കേച്ചേരി ഭാഗത്തെങ്ങാണ്ട്, ബൈക്ക് കൊണ്ട് നേരെ വരണ പ്രൈവറ്റ് ബസ്സിലാ ചാർത്തി.

മ്മടെ പ്രൈവറ്റ് ബസ്കൾടെ ആ വരവ് കണ്ടാത്തന്നെ ള്ള പ്രാണൻ പകുതി പോവും, അത്ണ് അവസ്ഥ. അപ്പപ്പിന്നെ അതിന്റെ മുന്നിൽ ഇടീല് പെട്ട മ്മടെ ഗഡീടെ കാര്യം പറയാന്ണ്ടാ?

ഒരു മാസം ജൂബിലീലും പിന്നെ എറ്ണാകൊളത്തും കൊണ്ടോയി ഒന്നു രണ്ട് മാസോം കെടത്തി. കാര്യണ്ടായ്ല്ല്യ, കുടുംബക്കാര് കൊറേ ചിക്കിലി പൊടിച്ചത് ബാക്കി. ഇല്ല്യാത്ത കാശ് കടോം വാങ്ങീട്ട്ണ്ടാവും. കുടുംബക്കാർക്ക് ചെലവാക്കാണ്ടിരിക്കാൻ പറ്റോ? ആൾ തട്ടിപ്പോയ കേസ് അല്ലല്ലോ. ഹോസ്പിറ്റല്കാര് ഒറപ്പായിട്ട് ഒന്നും പറയൂല്ല്യല്ലൊ.

ആ ചെക്കൻ നേരത്തെ തന്നെ വടിയായത്ണ്, ഹോസ്പിറ്റല് കാര് പൈസ തട്ടാൻ വേണ്ടീട്ട് പിന്നേം കൊറേ ദിവസം ഐസി യുല് ഇട്ട് വലിപ്പിച്ചതണ്ന്നും പറഞ്ഞ് അവന്റെ കൊറേ ഗഡ്യോള് ഭയങ്കര ബഹളൊക്കെ ണ്ടാക്കീതണ് അന്ന്... കൊറേ കാശു പൊടി ച്ച്ട്ടും ആളെത്തിരിച്ച് കിട്ടീല്യാന്ന് പറയുമ്പോ വെഷമം ണ്ടാവും... അതും ആ ചെറ്യേ പ്രായത്തില്.

ഇപ്പഴണ് അങ്ങനെ ഒരു കെടപ്പ് എന്താണ്ന്ന് മ്മക്ക് മനസ്സിലാ വണത്.

മ്മടെ കേസില് അങ്ങനെ കൊറേ പൊടിച്ചണ്ടാവോ ആവോ. ന്തായാലും, മോശല്യാത്ത ചെലവ് ആയിണ്ടാവും, ഇപ്പത്തന്നെ. ഇനീം ങ്ങനെ കെടക്കുന്തോറും... ഈശോ!

തിരിച്ച് കേറി വരില്ലാന്നും പറയാൻ പറ്റ്ല്ല്യ. അങ്ങനേള്ള കൊറേ കേസ്ണ്ട്ന്ന് ഡോക്റ്ററ് പറ്യേണ കേട്ടു. അദിപ്പോ മീനേം അമ്മേം ഒക്കെ ഒന്നു സമാധാനിപ്പിക്കാൻ തട്ടീതണോന്നറീല്ലട്ടാ.

അങ്ങ്നെ, കണ്ണ്ടച്ച് തൊറക്കണ പോലെ, മ്മടെ ലൈഫ് ട്ടാവട്ട ത്തിലേക്ക് ഫും്നാ ചുരുങ്ങി.

വട്ടംന്ന് പറേമ്പോ, ഠാ വട്ടം ന്നാവുംല്ലേ പറേണ്ടത്? ആവൊ, എന്തെങ്കിലും ആവട്ടെ. മ്മടെ ആ വട്ടം ദാ ഈ തലേല് ചെവീടേം മൂക്കിന്റേം ഒക്കെ അത്രേം ഭാഗം ആയിട്ടണ് ചുരുങ്ങീരിക്കണത്.

കണ്ണ് അനങ്ങണ പോല്യൊക്കെ തോന്നണ് ണ്ട് ന്നാലും മ്മക്ക് മൊത്തം ഇര്ട്ട്ണ് എപ്പഴും. കണ്ണ് തൊറക്കാൻ പറ്റാത്തതാണോ, അതോ മൊത്തം അടിച്ച് പോയതാണോ എന്നൊന്നും ഒരു പിടീ ല്ല്യട്ടാ.

ശ്വാസം വലിക്കണ്ത് അറിയാന്ണ്ട്. കേക്കണുംണ്ട്. വേറേ ഒരു കാര്യോം അറിയില്ല്യ. ഈ പറഞ്ഞ ചുരുങ്ങ്യേ വട്ടല്ലാണ്ട് മ്മക്ക് എന്തെങ്കിലും ണ്ടോന്ന് ചോയ്ച്ചാ... അറിയില്ല്യാട്ടാ, എന്ന് പറയാനേ ഇപ്പ പറ്റ്ള്ളൂ.

ബോധത്തിൽക്ക് തിരിച്ച് വന്നപ്പോ മൊതല് മ്മള് അതൊക്കെ നോക്ക്ണ് ണ്ട്. ഒട്ടും വേദനല്ല്യാന്നതാണ് അത്ഭുതോം ആശ്വാസോം. വെശപ്പ്, ദാഹം ങ്ങന്യൊന്നും അറിയണില്ല്യ. ബാത്ത്റൂമിൽ പോവാനൊന്നും തോന്നണൂല്ല്യ. അതിനൊക്കെ ട്യൂബിട്ട്ള്ള കെടപ്പാവും.

എടക്കെടയ്ക്ക് ആരൊക്ക്യോ വന്ന് ന്തൊക്കെയോ ചെയ്യണതും വല്ലപ്പോഴും മിണ്ടണതും കേക്കാം... നഴ്സുമാരും ഡോക്ടർമാരും ഒക്കെയാവും.

വേദന്യാണ്ടോ, വെശക്കണ് ണ്ടോ, കൈ അനക്ക്, കാൽ അനക്ക്, കണ്ണ് തുറക്ക്... ന്നൊക്കെ ഇടയ്ക്ക് മ്മളോടും പറയും. തല കുലുക്കാൻ, തല തന്നെണ്ടോ ന്ന്ള്ള സംശയത്തിലണ് മ്മടെ കെടപ്പ്.

ന്നാലും മ്മളീ കിടന്ന് പോയ അവസ്ഥയ്ക്ക് 'കോമാ'ന്ന് പേരിട്ടവൻ ആരായാലും ഒരു ചീങ്കണ്ണ്യന്നെ!

തീരണ്ല്ല്യല്ലോ, പിന്നേം കിടക്ക് ല്ലേ, വാചകം! ഹേയ്, മ്മടെ ജീവിതേയ്!

ഇപ്പോ ഇട്ട ഈ കോമ കഴിഞ്ഞാ എന്തൊക്ക്യാണാവൊ മ്മടെ ലൈഫിൽ എഴ്താൻ പോണത്!

കാലം

മ്മളീ കെടക്കണ കെടപ്പിന്റെ ദിവസ, മാസക്കണക്കൊന്നും ഒരു പിടീല്ലാട്ടാ. ഇടയ്ക്ക് വല്ലപ്പോഴും കേക്കണ ശബ്ദത്തില് ചെലര് കണക്ക് പറേണ കേക്കാം.

ആദ്യൊക്കെ മ്മക്കും അറിയാൻ ഒരു ആഗ്രഹം ണ്ടായിരുന്നു. അപ്പോ ദിവസങ്ങള്ടേം ആഴ്ച്ചേടേം കണക്ക് വച്ച് മ്മളും ചില കൂട്ടലും കിഴിക്കലും ഒക്കെ നടത്തി നോക്കും. മെയിനായിട്ട് ഒന്ന് രണ്ട് കാര്യങ്ങളിലേക്ക് നോക്കാനാണ്:

ഒന്ന് മീനേടെ ഡെലിവറിക്ക് ഇനി എത്ര കാലണ്ട് എന്ന്. അതിന് മുമ്പ് എണീറ്റ് പോവാൻ പറ്റില്ല്യേന്ന്ള്ള ഒരു ടെൻഷൻ. പിന്നെള്ളത് ഈ കെടപ്പിന്റെ ചെലവ് എത്ര വന്നിട്ട്ണ്ടാവും ന്ന്ള്ളതും.

കൊറേ ആയപ്പൊ പിന്നെ ആ കണക്കൊക്കെ നിർത്തി. മൊത്തം കണക്കാ പോയി തലേന്ന്.

അല്ലെങ്കിലും മ്മക്ക് മുമ്പില് എത്താന്ള്ള ഒരു പൊയിന്റ് ഇല്ലെങ്കില് സമയം മ്മക്ക് ഒരു വിഷയല്ലല്ലൊ. ഒട്ക്കത്തെ ഒരു കോവിഡ് ന്നും പറഞ്ഞ് പണീം കൂലീം ഒന്നുല്ല്യാണ്ടിര്ന്ന ആ കാലത്തൊക്കെ ഉണ്ണാറായോ, ടിവീല് പരിപാടിക്ക് സമയായോന്നൊക്കെ നോക്കാനല്ലാണ്ട്, എത്ര മണിക്കൂറായീന്നൊക്കെ മ്മക്കാർക്കെങ്കിലും വല്ല നോട്ടോണ്ടായിരിന്നോ?

ജിമ്മിലൊക്കെ പോയി ബോഡീങ്ങനെ പൊലിപ്പിച്ചു കൊണ്ട്ടക്കണ കാലത്ത് ഇത്ര മണിക്ക് അതു തിന്നണം, ഇത്ര മണിക്കൂറ് കൂടുമ്പൊ വെള്ളം കുടിക്കണം...ന്നൊക്കെണ്ടായിരുന്നു. ദുബായ്ല് പണിക്ക് പോയപ്പോ പോക്കിനും വരവിനും രാവിലെ എണീക്കണേനും ഒക്കെ കൃത്യ സമയം ഒരു വിഷയായിരുന്നു.

ഇപ്പളാണേങ്കി, അങ്ങനേള്ള പ്രശ്നങ്ങളും കൂടീല്ല്യ. ഇന്ന സമയത്ത് ചെയ്യണം എന്നുള്ള ഒരു കാര്യോം പ്പ നമ്മക്കില്ല്യ.

ഇനി സമയം അറിയാനാണെങ്കിലോ? ഒരു വഴീം ല്ല്യാലൊ. ഒമ്പത് മണിയായി, ഏഴര്യാവാൻ പോണുന്നൊക്കെ ആരെങ്കിലും ഒക്കെ പറേണ കേക്കാം. അതിപ്പോ രാവിലെയാണോ രാത്രിയാണൊന്ന് വരെ മ്മക്ക് അറിയില്ലല്ലൊ.

ഹെയ്, മൊത്തം ഇര്ട്ടില്, കൊറച്ച് ശബ്ദങ്ങള് മാത്രം കേട്ട്, വെറ്തേ ങ്ങ്നെ കിടക്കണ മ്മക്കെന്ത് രാത്രി, എന്ത് പകല്ന്ന്?

ഇപ്പളാണ് ഒര് സംഗ്തി മ്മക്ക് പിടികിട്ടീത് ട്ടാ. തിരിഞ്ഞ് തിരിഞ്ഞ് ങ്ങനെ ചക്രം പോലെ വരണ എന്തെങ്കിലും ഒക്കെ ഇല്ല്യാങ്കില് ഈ ടൈം, ടൈം ന്ന് പറേണ ഒരു കാര്യമേ മ്മടെ ജീവിതത്തില് വിഷയല്ലാണ്ടാവും. പറഞ്ഞ് കേൾക്കാറ്ള്ള ഈ ദെവസത്തിന്റേം ആഴ്ചേടേം എന്തിന്, കൊല്ലത്തിന്റെ വരെ കണക്കൊക്കെ വെറും കണക്കാവും.

ഉള്ളില് ങ്ങനെ മാറിമറിഞ്ഞ് വര്ന്ന കൊറേ തോന്നലുകളും വിചാരങ്ങളും കൂടി ഇല്ലെങ്കില്, ന്തായേനെ സ്ഥിതി? ഒരനക്കോം ല്ല്യാത്ത വെള്ളത്തില് പൊങ്ങിക്കെടക്കണ പോലെ ഒരു പൊങ്ങൻ തടി തന്നെ.

കേട്ട് പരിചയം വന്ന കൊറേ ശബ്ദങ്ങൾ കൂടാണ്ട് മീനേം അമ്മേം മിക്കവാറും എല്ലാ ദിവസോം വരും, ഇടക്കിടയ്ക്ക് അച്ഛനും... ആദ്യം കൊറേ ദിവസം അവരും ചോദിച്ചോണ്ടിരുന്നു... കേക്കണ്ണ്ടോ, വെശക്കണ് ണ്ടോ, ദാഹിക്കണ്ടോ, വേദനേണ്ടോന്നൊക്കെ...

ചെലപ്പോ കൊറെ കരയും. അപ്പൊ നഴ്സോ ഡോക്ടറോ വഴക്കു പറേണേം കേൾക്കാം. ഇതൊക്കെ ആദ്യം എന്നോട് ചോദിച്ച് അവർക്ക് മതിയായതാണല്ലോ.

ഇപ്പോ പിന്നെ തിരിച്ചൊന്നും പറയാൻ പറ്റാത്തതിന് വല്യ പ്രശ്നൊന്നും തോന്നാറില്യാട്ടാ. ശീലായി. അവര് കൊറച്ച് നേരം ചോദിക്കും, പോവും. മ്മള് ങ്ങനെ കെടന്ന് കൊടുത്താ മതി.

പിന്നെ പിന്നെ മീനേടെ വരവ് കൊറഞ്ഞു. ട്രാവൽ ചെയ്യണ്ടാന്ന് ഡോക്ടറ് പറ്ഞ്ഞ്ണ്ടാവും. അമ്മ ഇടയ്ക്ക് വന്ന് എന്നോട് പറഞ്ഞ് കൂട്ടണേന്റെ കൂടെ അതൊക്കെ പറയും. അച്ഛൻ പൊറത്ത്ണ്ട്, ന്നണ് അമ്മ എപ്പഴും പറയാറ്.

അങ്ങനെ ഒന്നിനും പ്രതികരിക്കാണ്ട്ള്ള കെടപ്പിനെടേലണ് പ്രതികരിക്കാണ്ട്ന്ന് വച്ചാ, പറ്റാണ്ട്ണ്, ന്നാലും മ്മള് ചെല കാര്യങ്ങള് ആലോചിച്ചത്.

മിണ്ടാൻ പറ്റാത്ത ഒരാൾടെ കാര്യണ് ആദ്യം ആലോയ്ച്ചത്. അതു പക്ഷേ, ആംഗ്യം കാണിച്ചൊക്കെ കാര്യം സാധിക്കാലോ. അതിന്റെ കൂടെ കണ്ണും പോയാലോ? അപ്പഴും ആംഗ്യം കാണിക്കാം. കൈയും കാലും ഇല്ല്യെങ്കിലോ... തല കുലുക്കാം, ചുണ്ടും പുരികോം മൂക്കും ഒക്കെ കൊണ്ട് എന്തെങ്കിലും കാണിക്കാം. അതും കൂടി ഓഫായ അവസ്ഥയണ് മ്മടെ.

ബോഡി മൊത്തം ഓഫായിട്ട് ചെവിമാത്രം വർക്കിങ്ങ് ആയത് എങ്ങ്നെയാണാവോ. അതണെങ്കി മ്മടെ ചെവി മാത്രം ങ്ങനെ ഓൺ ആയി ഇരിക്കണ കാര്യം. ബാക്കിള്ളോർക്ക് പിടികിട്ടീട്ടും ല്ല്യാന്നാ തോന്നണെ.

ചെവീം കൂടി ഓഫായാലത്തെ അവസ്ഥേം ആലോചിച്ചു നോക്കി. അപ്പൊ പിന്നെ പൊറം ലോകായിട്ട് ഒരു ലിങ്കുണ്ടാവില്ല്യ.

അങ്ങനത്തെ ഒരവസ്ഥേല് ആയിര്ന്നെങ്കി... കോമേലാണ്ന്ന് പോലും പിടി കിട്ട്ണ്ടാവോ?

എങ്ങനെ കിട്ടാൻ?

രാജയോഗം

ഒര് ദിവസത്തില് എത്രനേരം ഒറങ്ങിപ്പോണ്ട് എന്നറീല്യ.

എടയ്ക്ക് വല്ലപ്പോഴും, ആരെങ്കിലും വന്ന് സംസാരിക്കണേന്റെ ശബ്ദം കേക്കണ സമയം ഒഴിച്ചാ... ബാക്കി മ്മള് തന്നെള്ള ഒരു ലോകണ്.

ആദ്യൊക്കെ ഏസീം വേറെ എന്തൊക്ക്യോ മെഷീന്കളും വർക്ക് ചെയ്യണേന്റെ ബഹളം ഇങ്ങനെ ബാക്ഗ്രൗണ്ടില് കെടക്കും. പിന്നെ ആ ശബ്ദം ശീലായി; ജീവിതത്തിന്റെ ഒരു ഭാഗായി.

തൊടക്കത്തില് വല്ലാണ്ട് വെഷമം തോന്നീര്ന്ന ആ ഒറ്റപ്പെടല് കൊറേ കഴിഞ്ഞപ്പോ വെല്യ വിഷയല്ലാണ്ടായി. പിന്നേം കഴിഞ്ഞപ്പോ അതിൽ ഒരു സുഖൊക്കെ തോന്നീം തൊടങ്ങി.

ഒറ്റയ്ക്കാവുമ്പോ ഉള്ളില് വലിഞ്ഞ് കേറി വന്ന് ടെൻഷനടിപ്പിക്കേം വെഷമിപ്പിക്കേം ഒക്കെ ചെയ്യണ ആലോചനകളൊക്കെ ഇപ്പ തീരെ കൊറഞ്ഞു.

ആദ്യൊക്കെ നല്ല ബുദ്ധിമുട്ട്ണ്ടായിരുന്നു. എനിക്കെന്താണ്ണ്ടാവുക, വീട്ടിലെ കാര്യം, മീനേടെ കാര്യം... പ്രസവത്തിന് മുമ്പ് എനിക്ക് എണീക്കാൻ പറ്റ്ല്ല്യേ. അങ്ങനെ ഓരോ വേവലാതികൾ.

പിന്നെ മ്മള് തന്നെ മ്മൾടെ ഈ ടെന്ഷന്കളെ നോക്കി ചോയ്ക്കാൻ തൊടങ്ങി. ഹെയ് ഇങ്ങനെ കെടന്ന് കയറ് പൊട്ടിച്ച്ട്ട് എന്തൂട്ട്ണ് കാര്യം?

അങ്ങനെ മ്മള് തന്നെ തിരിഞ്ഞ് നിന്ന് ചോയ്ച്ച് തൊടങ്ങീപ്പോ, ആ ആലോചനകളേ വരാണ്ടായി. ഇപ്പ മിക്ക സമയത്തും മ്മളൊര് മൊത്തം ബ്ലാങ്കായ ഒരവസ്ഥയിലണ്.

അതൊര് സുഖണ് ട്ടാ... ആകപ്പാടെ ഒരു സമാധാനം...

ഇപ്പോ ഉള്ളില് ന്തെങ്കിലും ആലോചന തൊടങ്ങുമ്പോ തന്നെ മ്മക്ക് അറിയാം. അതറിയണോണ്ട് ആവശ്യല്ല്യാത്തെ എന്തെങ്കിലും

ആണെങ്കി അത് അവ്ടെത്തന്നെ നിക്കും... പിന്നെ ആ പറഞ്ഞ സുഖള്ള ബ്ലാങ്ക് അവസ്ഥ.

സ്ഥിരമായി കേക്കണ സൗണ്ട്കൾ അല്ലാണ്ട് ഒച്ചയൊന്നും ഇല്ലാത്ത സമയത്തൊക്കെ ഏതോ ഒരു കാട്ടിലോ മലേലോ ഒറ്റയ്ക്ക് പോയി മ്മളങ്ങനെ സുഖമായി ഇരിക്കണ ഒരു ഫീലണ്. ചെലപ്പൊ ഒക്കെ ആരെങ്കിലും ഒക്കെ വന്ന് പോണത് പോലും ശ്രദ്ധിക്കാണ്ട് ആയിത്തുടങ്ങി.

ഒറക്കത്തിലല്ലാണ്ട് ഇങ്ങനെ ഒരു അവസ്ഥ മ്മടെ ഓർമ്മേല് ണ്ടായിട്ടില്ല്യാട്ടാ.

അതിനെടേലണ്, മ്മടെ അമ്മേടെ വക ആ ഡയലോഗ്. ചിരിക്കാൻ പറ്റൂങ്കെല് കെടന്ന് മറഞ്ഞ് ചിരിച്ചേനെ.

ഇന്ന് അമ്മ കൊറേ വേറേം കാര്യങ്ങള് പറഞ്ഞിര്ന്നു.

നഴ്സ്മാര് ആരും കൂടെ ണ്ടായിട്ട്ണ്ടാവില്ല്യ. അല്ലെങ്കി അവര്ടെ വക നല്ല ചീത്ത കേക്കും. സ്നേഹം കൊണ്ട്ണ്. ങ്ങനെ കെടക്കണ ആളോട് വെഷമം പറയാണ്ട് നല്ലത് വല്ലതും പറയ്ന്നൊക്കെ പറഞ്ഞാണ് ശകാരം.

മീന കൊറേ നാളായി അവൾടെ വീട്ടിലണ്. പ്രസവോം അവിടെ ആവാംന്ന് പറഞ്ഞണ് ശങ്കരേട്ടൻ കൊണ്ട് പോയത് ത്രേ... പക്ഷേ മ്മടെ ഈ കെടപ്പ് ഒരു വ്യത്യാസോം ഇല്ലാണ്ട് ഇങ്ങ്നെ നീണ്ട് പോണ കാണുംതോറും... അവർക്കൊക്കെ എന്തൊക്ക്യോ മാറ്റം ണ്ടാവണ്ട്, ന്നണ് അമ്മ പറയണത്. മോൾടെ കാര്യത്തില് അവൾടെ കുടുംബക്കാർക്ക് ടെൻഷൻ ണ്ടാവൂല്ലോ.

ഹോസ്പിറ്റൽ ചെലവ് ന്തായാലും അമ്മേം അച്ഛനും മാത്രം കൂട്ട്യാ കൂടില്ല്യാന്ന് ഒറപ്പണല്ലോ. ശങ്കരേട്ടൻ ആ കാര്യത്തിൽ സഹായിക്കണ്ട്. പിന്നെ ജോസേട്ടനും. പാവം, അങ്ങേർക്ക് പണി പിടിച്ചു കൂട്ടണേന്നൊന്നും കാര്യമായി കിട്ട്ണില്ല്യന്ന് നാട്ടാർക്ക് അറിയില്ല്യെങ്കിലും മ്മക്ക് അറിയാല്ലോ. ജോസേട്ടനും മറ്റ് ഗഡ്യ്യോളും കൂടി പാർട്ടിക്കാരേം ചെല സാമൂഹ്യപ്രവർത്തകരേം ഒക്കെ കൂട്ടി എന്തോ പിരിവൊക്കെ നട്ത്തി അങ്ങനെ കുറച്ച് കിട്ടിട്ട്ണ്ട് ത്രെ.

ഇതിലൊക്കെ രസം അതല്ല. ഇതൊക്കെ കേട്ടിട്ടും സത്യം പറഞ്ഞാ മ്മക്ക് വല്ല്യ വെഷമോം ഒന്നും തോന്നീല്യ എന്നത്ണ്... പറ്റുമായിരുന്നെങ്കീ, അമ്മേം ഒന്ന് സമാധാനിപ്പിക്കായിരുന്നു.

അതൊക്കെ ആലോചിക്കുന്നതിനെടേലണ് അമ്മേടെ വക ആ കോമഡി ഡയലോഗ്:

മ്മള് ആ സാജൂന്റെ ഒക്കെ കൂടെ കൂടി എടങ്ങേറാവും ന്ന് വീട്ട് കാര് പേടിച്ചിര്ന്ന സമയത്ത്, മ്മളറിയാണ്ട് അമ്മേം മീനേം കൂടി മ്മടെ ജാതകോം കൊണ്ട് ഒരു കണിയാന്റെ അട്ത്ത് പോയിര്ന്നൂത്രെ!

അറിഞ്ഞാ മ്മളും അച്ഛനും സമ്മതിക്കില്ലാന്ന് അറിയാം. അതണ് പറയാണ്ടേ പോയത്. മ്മക്ക് ഒര് ജാതകം ണ്ടായിരുന്നൂന്ന് ഇപ്പഴണ് അറിയണത് ട്ടാ.

രാശിവച്ച് മ്മടെ സമയോ, ഗ്രഹനില്യോ ന്തൊക്ക്യോ നോക്കീട്ട് ആ കണിയാൻ പറഞ്ഞുത്രെ, 'ഒന്നും പേടിക്കണ്ട, കഷ്ടകാലൊക്കെ തീർന്ന് ഇനി രാജയോഗാ വരണേന്ന്.'

അതും പറ്ഞ്ഞ് അമ്മേടെ വക പതിവിലും നീണ്ട ഒരു കരച്ചില്.

ആ ബെസ്റ്റ്... ആ രാജയോഗോം നോക്കിക്കൊണ്ട് ഇരിക്ക്യായി രുന്നോ അമ്മേം മരുമോളും.

ന്നാലും അമ്മേ കുറ്റം പറയാൻ പറ്റില്ല്യ. രാജയോഗം ഒന്നും പ്രതീക്ഷിച്ചല്ലെങ്കിലും കഷ്ടകാലം തീർന്നൂന്ന് സമാധാനിച്ച് ഇരി ക്കുമ്പോ, ഇങ്ങ്നെ ഒരവസ്ഥേല് ആവണ കാണുമ്പോ സഹിക്കാൻ പറ്റില്ല്യാല്ലോ.

മീന ചെലപ്പൊ രാജയോഗം ഒക്കെ മനസ്സില് വച്ച് വല്ല സ്വപ്ന ങ്ങളൊക്കെ കണ്ട്ട്ണ്ടാവും. പാവട്ടാ... രാജകുമാരനോ രാജകുമാര്യോ വരണത് ന്നും നോക്കി ഇര്ന്നതാവും.

എന്തായാലും വല്ലാത്തൊരു യോഗം തന്നെ ആയിപ്പോയി.

ഇനിപ്പോ മ്മടെ ഇപ്പളത്തെ ഈ അവസ്ഥയ്ക്കും രാജയോഗം എന്ന് വല്ല പേരും ണ്ടോ ആവോ!

ധ്യാനം

മ്മടെ കെടപ്പിന്റെ ടെൻഷൻ തൊടങ്ങീപ്പൊ മൊതല്, അമ്മയ്ക്ക് പലർടേം പല തരത്തില്ള്ള ഉപദേശങ്ങൾക്ക് ഒര് കൊറവൂല്യ. ഓരോ അമ്പലങ്ങളിലും പള്ളികളിലും വഴിപാട്, നേർച്ച... ന്ന് വേണ്ട സകല വഴികളും...

അച്ഛൻ അപ്പ്റത്ത്ള്ളപ്പോ അതൊന്നും വീട്ടിൽ പറയാൻ ആർക്കും ധൈര്യണ്ടാവില്ല്യ. അച്ഛൻ ള്ളോണ്ടാവണം അമ്മേം മീനേം അതിൽക്കൊന്നും പോയി പെട്ട്ട്ടില്ല്യാന്നണ് തോന്നണത്. ന്നായാലും അങ്ങനത്തെ ഒന്നും ചെയ്ത് നോക്കീന്ന് ഇത് വരെ മ്മളോട് പറഞ്ഞിട്ട്ല്ല്യ.

അങ്ങ്നെ മ്മടെ കെടപ്പ് നീണ്ട് പോയി, ബാക്കീള്ള പ്രശ്നങ്ങളൊക്കെ ആയി മൊത്തം മനപ്രയാസായിട്ട് അമ്മേം അച്ഛനും നിക്കുമ്പോഴണ് അതിന് പരിഹാരായിട്ട് ധ്യാനം കൂടണ കാര്യം അവര്ടെ മുന്നില് എത്തിപ്പെട്ടത്.

മ്മടെ പണിസ്ഥലത്തിന്റെട്ത്ത്ള്ള ഒരു ഫിലോമനേച്ചിയണ് അമ്മേടെ ഒര് കൂട്ട്കാര്യേം കൂട്ടി വീട്ടി വന്ന് അതൊന്ന് അവതരിപ്പിച്ചത്.

പോട്ടേല് പോയി ധ്യാനം കൂട്യാ മനസ്സിന്റെ പ്രശ്നം മാത്രല്ല, മ്മള് ഇതൊക്കെ മാറി എണീറ്റ് ഓടുംന്ന് വരെ മ്മടെ അമ്മെ പറഞ്ഞ് വിശ്വസിപ്പിക്കാൻ ണ്ടാ അത്ര വെഷമം?

അമ്മ അതിൽ വീണതണ്. എല്ലാപ്പഴും പോലെ അച്ഛന്റെ തൊള്ളേലിരിക്കണ കേട്ടപ്പോ ഒന്നടങ്ങി. ന്നാലും അമ്മയ്ക്ക് അത് മനസ്സീന്ന് പോണ് ണ്ടായിര്ന്നില്ല്യാട്ടാ...

അച്ഛന്റെ എടങ്കോല് അറിഞ്ഞപ്പോ, എങ്കി അമ്മേ വീട്ടില് ഇര്ന്ന് ധ്യാനിക്കാൻ പഠിപ്പിക്കാൻ വരെ മ്മടെ ഫിലോമനേച്ചി റെഡി. അതോടെ അമ്മയ്ക്ക് അവരായി പുണ്യാളത്തി.

അങ്ങനെ രാവിലേം വൈകീട്ടും ധ്യാനം തൊടങ്ങ്യേപ്പിന്നെ, അമ്മേടെ ഡയലോഗ്കൾക്കൊക്കെ ഒരു പന്തികേട് മ്മക്ക് തോന്നീട്ട്ണ്ട്. ഒരു ആത്മീയ ലൈന്ള്ള കൊറേ കാച്ച് എടക്കെടയ്ക്ക്...

എന്നാലും ഏങ്ങിക്കരച്ചിലും വെഷമം പറച്ചിലും കൊറേക്കെ കൊറഞ്ഞിട്ട്ണ്ട് എന്നത് സത്യം.

ഷൊർണ്ണൂര് ഭാഗത്ത്ള്ള ഏതോ സ്വാമീടെ ആശ്രമോം ചാവക്കാട് അപ്പ്റത്തേ ഏതോ മൊല്ലാക്കേം ചാത്തന്റെ സേവേം ഒക്കെ കൊണ്ട് വന്ന ബാക്കി ചെലരൊക്കെ സ്വൽപം വൈകിപ്പോയി. അമ്മ കേറിപ്പിടിച്ച ധ്യാനം വിടാനോ, അത്ന്റെ കൂടെ വേറെ ഒന്ന് ട്രൈ ചെയ്ത് നോക്കാനോ റെഡിയായില്ല്യ. മ്മടെ ഫിലോമനേച്ചീടെ വിശ്വാസത്തിന്റേം സ്റ്റഡി ക്ലാസ്സിന്റേം പവറ് സമ്മതിക്കണെട്ടാ...

അപ്പോ അച്ഛന്റെ മനഃപ്രയാസോന്ന് ചോയ്ക്കാൻ മ്മക്ക് തോന്ന്യോള്ളു... അപ്പന്നെ ദാ, അച്ഛനും കൂടി ള്ള ധ്യാനം ഞാൻ ചെയ്യണ്ട്ന്ന് റെഡി മണി ഉത്തരം അമ്മേടെ വക.

ന്തായാലും അമ്മ പറ്ഞ്ഞ് പറ്ഞ്ഞ് കാടു കേറിത്തൊടങ്ങ്മ്പഴേ മ്മടെ അന്റിന റ്റ്യൂണിങ്ങ് മാറ്റിത്തൊടങ്ങും. ആദ്യൊക്കെ സ്റ്റേഷൻ മാറ്റണ പോലെ വേറെ വെഷയങ്ങളിലേക്ക് മ്മള് ആലോചന തൊടങ്ങും. പിന്നെ പിന്നെ വോള്യം കൊറച്ച് കൊണ്ട് വന്ന് ഓഫാക്കണ ഒര് രീതി ആയി.

ആകെ വർക്കിങ്ങ് ആയ ചെവീം കൂടി മ്മളായിട്ട് മെല്ലെ, മനഃപൂർവ്വം ഓഫാക്കണ പോലെ ഒരു ട്രിക്ക്.

അങ്ങ്നെ മ്മടെ ഉള്ളില്ള്ള മ്മടെ ഒരു ലോകത്ത് മ്മള് മാത്രായി കൊറേ നേരം. അങ്ങനെ അതീക്കൂടി ഒറങ്ങിപ്പോവ്വായിരുന്നു തൊടക്കത്തിലൊക്കെ. പിന്നെ ഒറക്കം വരാണ്ടും ങ്ങനെ കെടക്കണത് ഒരു സുഖായിത്തൊടങ്ങി.

ഈ കെടപ്പിലേക്ക് എത്തണ വരെ, പണീടെം ലൈഫിലെ ഓരോ കാര്യങ്ങൾടേം ടെന്ഷൻ വല്ലാണ്ടാവ്മ്പോ അതൊന്ന് മാറ്റാൻ പല വഴീം മ്മള് നോക്കാറ്ണ്ട്. മ്മടെ ഗഡ്യോൾക്കൊകൈ ഷാപ്പില് പോയി മിന്ങ്ങലണ് മെയിൻ. എന്തണാവോ മ്മക്ക് അത് മാത്രം അങ്ങട് സെറ്റായിട്ട്ല്ല്യ. ഒരു കമ്പനിക്ക് പോയി ഇര്ന്ന് ഇത്തിരി കുടിക്കുംന്നല്ലാതെ, അതോണ്ട് പ്രത്യേകിച്ച് സുഖോ സമാധാനോ ഒന്നും തോന്നീട്ട്ല്ല്യ.

സിനിമയ്ക്ക് പോവും, വല്ല ഉത്സവോ പെര്ന്നാളോ ണ്ടെങ്കി അവ്ടെ പോയി അടിച്ച് പൊളിക്കും. അതൊക്കെ തന്നെ.

ഈ അവസ്ഥേല് പെട്ടതിന് ശേഷം, ആദ്യൊക്കെ ഉള്ളിൽ ടെൻഷൻ വല്ലാണ്ടാവ്മ്പോ മ്മള് തന്നെ കണ്ട് പിടിച്ച് തുടങ്ങ്യേ ഒരു ടെക്നിക്കണ് ഈ സ്റ്റേഷൻ മാറ്റല്. ടെൻഷൻ മാറ്റാൻ ള്ള ഒരു പ്രയോഗം.

കൊറേ ആയപ്പൊ ആ ഓഫായ അവസ്ഥ മ്മടെ മെയിൻ ആയി.

ആരെങ്കിലും വന്ന് എന്തെങ്കിലും പറയ്ണ കേക്കുമ്പോ ആ സ്റ്റേഷൻ ഒന്നു ട്യൂൺ ചെയ്ത് പിടിക്കും. അത് കഴിയ്മ്പോ, അല്ലെങ്കി അത് ബോറടിച്ച് തുടങ്ങ്മ്പോ ഓഫ് ചെയ്ത് സ്റ്റേഷൻ മാറ്റി മ്മടെ ലോകത്തിൽക്ക് തിരിച്ച് പോവും.

ഈ ഒരു ടെക്നിക്ക് പണ്ടേ ശീലിച്ചെർന്നെങ്കില് നല്ല ഉപകാരായിര്ന്നേനെ...

ഓരോ ചടച്ച കേസ്കെട്ടോളിലൊന്നും ചെന്ന് പെടാണ്ട്, വേണ്ട കാര്യങ്ങളില് മാത്രം എടപെട്ട്, മനസ്സമാധാനായി അങ്ങനെ...

ഒഴിവ്

അങ്ങനെ പ്രത്യേകിച്ച് ഒന്നും സംഭവിക്കാണ്ട് കൊറേ ദെവസം കഴിഞ്ഞണ് ഒര് ദിവസം മീന ഒറ്റയ്ക്ക് മ്മളെ കാണാൻ വര്ണത്.

അന്നവള് മിണ്ടിത്തൊടങ്ങീപ്പത്തന്നെ എന്തോ ഒരു ചെയ്ഞ്ച് മ്മക്ക് ഫീല് ചെയ്തിരുന്നുട്ടാ.

അച്ഛനെക്കൊണ്ട് സൈ്വര്യല്ല്യാണ്ടായീന്ന്ള്ള തരത്തിലണ് തൊടങ്ങീത് തന്നെ. ഹോസ്പിറ്റല്കാര്യൊന്നും വിശ്വസിക്കാൻ കൊള്ളില്ലാന്ന് ശങ്കരേട്ടൻ കൊറേ ദിവസായിട്ട് പറേണ്ട് ത്രേ. കാര്യൊന്നുല്ല്യാഞ്ഞിട്ടും, ന്ന് വച്ചാ മ്മളെ തിരിച്ച് ജീവിതത്തിലേക്ക് കൊണ്ട് വരാൻ വല്യ സ്കോപ്പൊന്നും ല്ല്യാഞ്ഞിട്ടും, പൈസ പിട്ങ്ങാന്ള്ള ഹോസ്പിറ്റല്കാർടെ സ്ഥിരം പരിപാടി ആണെന്ന്ണ് പുള്ളിടെ വിശ്വാസം.

ജീവൻല്യാണ്ട് ങ്ങനെ വെറ്തേ ഇട്ടേക്കൊന്നും അല്ലാന്ന് മ്മക്ക് പറയാൻ പറ്റ്ണില്ല്യല്ലോ!

ഇനി മ്മടെ മേത്ത് പിടിപ്പിച്ച്ട്ട്ള്ള കൊഴലും ക്ണാപ്പ്ളോളും ഒക്കെ എട്ത്ത് മാറ്റിയാല് മ്മള് ഒട്നെ പടാവും ന്നതും ശര്യാവുംട്ടാ.

അതിലൊന്നും മ്മക്ക് യാതൊരു വെഷമോം തോന്നീല്യ. പക്ഷേ, പിന്നെ അവള് പറഞ്ഞ കാര്യം മ്മടെ ചങ്കീ തന്നെ ഒന്നു കൊള്ത്തി വലിച്ചുട്ടാ.

മ്മള് ഇങ്ങനെ കെടന്ന് പടായാല്, അവൾക്ക് വേറെ ജീവിതൊക്കെ വേണ്ടേ? അങ്ങന്യൊരു ചിന്ത അവൾക്ക് ണ്ടായില്ല്യെങ്കിലും അവൾടെ അമ്മയ്ക്കും അച്ഛനും ണ്ടാവൂല്ലോ.

അങ്ങ്നെ നോക്കുമ്പോ ഒരു കുട്ടീണ്ടാവണത് ഒരു പ്രശ്നാവോന്ന് കാര്യായിട്ട് ഒരു ചർച്ച. ഇപ്പൾത്തെ സ്ഥിതിക്ക് അതങ്ങ്ട് വേണ്ടാന്ന് വച്ചൂടേന്നണ് എല്ലാരും ചോദിക്കണ്ത് ത്രേ!

പറയുമ്പോ അവൾക്ക് സഹിക്കാൻ പറ്റാണ്ടെ പൊട്ടിപ്പൊയെങ്കിലും കേക്ക്മ്പോ മ്മക്ക് ചങ്കില് കൊത്തി വലിച്ചൂങ്കിലും അവര് പറേണതിലും കാര്യമില്യേന്ന്, പിന്നെ ഒറ്റക്ക്ള്ള കിടപ്പില് മ്മക്ക് തോന്നീട്ട്ണ്ട്.

കാര്യണ്ട്. മ്മള് തിരിച്ചു ചെന്നില്ലെങ്കില്, അവൾക്ക് കെട്ട്പാടോളൊന്നും ല്ല്യാണ്ട് ഒരു ജീവിതം നോക്കാം. അല്ല, നി മ്മള് തിരിച്ച് വന്നാലും ഇനീം ആവാലോ, ചെറുപ്പല്ലേ, രണ്ടാളും... ഇത്രന്നേ അവര് പറഞ്ഞ്ള്ളു!

മ്മള് ഈ കെട്പ്പായിട്ട് എത്രനാള് കഴിഞ്ഞൊണ്ന്നറിയില്യ, അവള് അവൾടെ വീട്ടിലേക്ക് താമസം മാറ്റീണ്ടായിര്ന്നു. ഹോസ്പിറ്റൽ കാര്യങ്ങളും ഒക്കെയായി മ്മടെ അമ്മേം അച്ഛനും ഓടി നട്ക്ക്മ്പോ ഈ അവസ്ഥേല്ള്ള അവൾടെ കാര്യങ്ങൾ വേണ്ടപോലെ നടക്കാൻ അത്ണ് നല്ലത്,ന്ന് എല്ലാരും കൂടി എട്ത്ത തീരുമാനായിരുന്നു.

പിന്നേം കൊറേ നാളായിട്ട് മ്മടെ കാര്യത്തില് വ്യത്യാസൊന്നും കാണാഞ്ഞിട്ടാവും അവര് ഇങ്ങ്നെ ഒരു കാര്യം ആലോചിച്ചത്. ഇനീം വൈകിച്ചാ പിന്നെ പറ്റില്ല്യല്ലൊ.

കൊന്നാലും സമ്മതിക്കില്ല്യാന്ന് മീന പറയുംന്ന് വെറ്തെ മ്മടെ മനസ്സില് ആഗ്രഹം തോന്നീന്ന്ള്ളത് ശര്യാട്ടാ. അത് ശര്യല്ലാന്ന് ഒടനെ തന്നെ മ്മക്ക് ഉള്ളീ തോന്നേം ചെയ്തു.

അങ്ങനെ കടുംപിടുത്തം പിടിച്ചിട്ട് പിന്നെ അവൾക്കല്ലേ അതിന്റെ ബുദ്ധിമുട്ട്...

'അങ്ങന്യേങ്കില് അങ്ങനെന്നെ...' ന്ന് മ്മള് ഉള്ളീപ്പറഞ്ഞത് കേട്ടത് പോലെ, 'വീട്ട്കാര്ടെ നിർബന്ധം സഹിക്കാണ്ടായാ ഞാനത് ചെയ്ത് പോവുംട്ടാ, അയ്ന് എന്നെ ശപിക്കര്ത്'ന്നും പറഞ്ഞ് കൊറേ കരഞ്ഞ് അവള് പോയി.

സഹിക്കാണ്ടായാ കടുംകൈ എന്തെങ്കിലും ചെയ്തു പോവുംന്ന് അല്ലല്ലോ അവള് പറ്ഞ്ഞത്... പിന്നെ ആലോചിച്ചപ്പോ അങ്ങനെ ഒരു ആശ്വാസം തോന്നി.

അങ്ങന്യൊരു തീരുമാനം നടപ്പാക്കണേന്റെ കൂടെ മ്മടെ മേത്ത്ന്ന് എല്ലാ കൊഴലും യന്ത്രങ്ങളും എട്ത്ത് മാറ്റി മ്മടേം പേര് വെട്ടിക്കോളാൻ മ്മള് ഉള്ളിൽ കരഞ്ഞത് പക്ഷേ അവള് കേട്ടില്ല്യ.

ശരിക്കും ആലോചിച്ചാ, ആ കെട്ട്കളങ്കട് പൊട്ടിച്ച് കളഞ്ഞാ ഒരു കൂട്ടം ജീവിതങ്ങള് ഫ്രീ ആവ്ല്ല്യേ?

കെട്ടുകളൊക്കെ അങ്ങനെ ഒഴിവാക്കല്ലേ വേണ്ടത്?

മാറ്റം

ഒട്ടും പ്രതീക്ഷിക്കാണ്ടിരിക്കുമ്പഴണ് മ്മടെ സാജൂന്റെ അട്ത്ത റീ എൺട്രി!

ആദ്യം സൗണ്ട് കേട്ട്ട്ട് മനസ്സിലായ്യൂം കൂടില്യ. ആകെ ഡൗൺ ആയി നല്ല ബാസ്സും പരുപരുപ്പും ഒക്കെ കേറി ചുള്ളന്റെ സൗണ്ട് ആകെ മാറിപ്പോയീണ്ട്.

"ചേട്ടായിക്കെന്നെ മനസ്സിലായാ? സാജൂണ്"ന്ന് പറഞ്ഞപ്പ്ഴണ് മ്മക്ക് പിടികിട്ടിയത്.

മ്മ്ടെ സൈഡീന്ന് എന്തെങ്കിലും ഒരു അനക്കം കിട്ടുംന്ന് വിചാരിച്ചാവും ഇത്തിരി നേരം ഒരു സൈലൻസ്... പിന്നെ കൊറേ നേരത്തേക്ക് അവന്റെ വക ഗംഭീര ഡയലോഗായിർന്നു.

എടക്ക് സൗണ്ട് നന്നായി എടറുമ്പോ ഒന്ന് നിർത്തും. പിന്നെ ബാക്കി... അങ്ങ്നെ കൊറേ നേരം.

ന്തായാലും ചുള്ളന് നല്ല മാറ്റം ണ്ട്ട്ടാ.

കൊറേ നേരം എട്ത്ത് ചുള്ളൻ പറഞ്ഞ് കൂട്ടീതീന്ന് മ്മക്ക് മനസ്സിലായത് ദണ്:

അവനായിട്ട് ഓങ്ങി വന്ന കുത്ത് കൊണ്ട് വീണത് മ്മളായിപ്പോയപ്പൊത്തന്നെ അവൻ മൊത്തം ഡൗണായതണ്. മ്മളീപ്പറയണ ഡിപ്രഷൻ... കുറ്റബോധം... എല്ലാം കൊണ്ട് കൊറേ ദിവസം മുറീല് അടച്ചിരുന്നു കൂട്ടി.

അന്നത്തോടെ രാമേന്ദ്രനും ഗ്യാങ്ങും നാട്ടീന്നേ സ്കൂട്ടായിത്രേ. അവർടെ വീട്ട്കാരും പാർട്ടിക്കാരും ഒക്കെ കൂടി ഇങ്ങ്ട്ട് വന്ന് കൊമ്പ്രമൈസ് ആക്കാന്ള്ള നടപടികള് നീക്കി.

മ്മള് ഈ കെടപ്പായത് കൊണ്ട് അങ്ങ്നെ ഒരു കാര്യം നടന്നു. ഒരുത്തനും അവന്റെ കുടുംബോം രക്ഷപ്പെട്ടുന്നാ തോന്നണത്.

ഒരു കാര്യം ഒറപ്പണ്ട്ട്ടാ... ചുള്ളൻ വെറ്തേ ഒരു ഫോർമാലിറ്റിക്ക് കാണാൻ വന്ന്തൊന്ന്വല്ല. നല്ല ഫീലായിട്ട് തന്നെ വന്നതണ്. ഇത്രേം നാള് ഇങ്ങട്ട് വന്ന് മ്മളെ കാണാൻ ധൈര്യം ണ്ടായില്ല്യാന്ന് പറ്ഞ്ഞതും സത്യാവും.

ഈ പാർട്ടീം രാഷ്ട്രീയോം ഒക്കെ മ്മളെപ്പോലെ ള്ളോർക്ക് പറ്റ്യേ പണീയല്ലാന്ന്ള്ള ഒരു ബോധം അവന് വന്ന്ട്ട് ണ്ട്. ചുള്ളൻ പറേണ കേട്ടിട്ട് ഇനി ആ വഴിക്ക് പോവാൻ സാധ്യത ഇല്ല്യാട്ടാ.

ചെക്കൻ ഇനി നാട്ടില് നിന്നാ ശരിയാവില്ലാന്നും പറഞ്ഞ് ആരൊക്കെയോ കൂടി അവനെ ഗൾഫിലേക്ക് കൊണ്ട് പോവ്വണ്ത്രേ. അയിന് മുമ്പ് മ്മളേ കണ്ട് മാപ്പ് പറേണംന്ന് വിചാരിച്ച് വന്നതണ്. മ്മടേ ചികിത്സക്ക്ള്ള എന്തു സഹായോം ചെയ്യാമെന്നൊക്കെ പറഞ്ഞാ പോയ്ക്കണെത്.

'ആദ്യം അവ്ടെ ചെന്നൊന്ന് പച്ചപിടിക്കാൻ നോക്ക്ടാ ചെക്കാ' ന്ന് മ്മളും... ഉള്ളില് പറഞ്ഞതണ് ട്ടാ.

അതില് രസം ഇതൊന്ന്വല്ല.

സാജൂന്റെ പാർട്ടിക്കാർക്ക് അവനെക്കൊണ്ട് ഇനി ഗുണോന്നുല്ല്യാന്ന് മനസ്സിലായി. മ്മളായി അവര്ടെ രക്തസാക്ഷി.

കുത്ത് കൊള്ളാണ്ട് രക്ഷപ്പെട്ട ചീള് പയ്യന്മാരെക്കാളും പണ്ടം കീറി പടാവാൻ കെടക്കണവൻ തന്നെ പാർട്ടിക്ക് ബെസ്റ്റ്. കുത്ത്യോര് മറ്റേ പാർട്ടിക്കാര് കൂടി ആവുമ്പോ പിന്നെ പറയേം വേണ്ട.

മ്മടെ ഹോസ്പിറ്റൽ കാര്യങ്ങളിലൊക്കെ പാർട്ടി നല്ല ഉഷാറായി പങ്കെട്ത്തുന്നാണ് കേട്ടത്, കുറച്ചു കാലം... ഇനീം ഇങ്ങനെ കെടന്നാല്, അത് കൊറഞ്ഞ് വരാനാണ് സാധ്യത. അല്ലെങ്കിലും മ്മടെ തന്തപ്പടി സമ്മതിക്കില്ല ഈ പേരും പറഞ്ഞ് പാർട്ടീക്കാര് ഇവ്ടെ കേറി നെരങ്ങാൻ...

നാട്ടീല് മൊത്തം മ്മടെ ഫ്ളെക്സൊക്കെ കേറീട്ട്ണ്ടാന്ന് ചോയ്ക്കണം എന്ന്ണ്ടായിരുന്നു. മ്മടെ ഒരു ചുള്ള്ൻ പടം ചുറ്റും പൂക്കളൊക്കെ കൊണ്ട് ഡെക്കറേഷൻ ഒക്കെ ആക്കീട്ട്... ഏയ്... ഇപ്പഴും ശരിക്ക് പടാവാത്തോണ്ട് ചെലപ്പോ പൂക്കള് ണ്ടാവില്ല്യ.

ന്നാലും ന്താലേ, ഒന്നും അല്ലാത്ത മ്മള് ഒറ്റ ദിവസം കൊണ്ട് ആരായി?

പ്രാർത്ഥന

ഇന്നത്തെ അമ്മേടെ കൊറേ ഡയലോഗ്കള് മ്മളെ വല്ലാണ്ടൊന്ന് ഡൗണാക്കീട്ടാ. കേട്ടപ്പോ ണ്ടായ വെഷമൊക്കെ കൊറേ മാറീങ്കിലും അതൊരു പാട പോലെ ങ്ങനെ കെടക്കണുണ്ട്, ഉള്ളില്.

അമ്മ ങ്ങന്യ്യോന്നും പറയാറില്ല്യാത്തതണ്. ഇന്നെന്ത് ണ്ടായീന്നറിയില്യ. എത്ര കാലം ഉള്ളില് കൊണ്ട് നടക്കണേ, പറഞ്ഞപ്പോ കൊറേ ആശ്വാസണ്ടായിണ്ടാവും. പാവത്തിന്.

മീനേ അവൾടെ വീട്ട്കാര് കൊണ്ട്പോയേനെ ഒന്നും അമ്മ ഒരിക്കലും കുറ്റം പറഞ്ഞിട്ട്ല്ല്യ. മ്മടെ ഹോസ്പിറ്റൽ ചെലവൊക്കെ ശങ്കരേട്ടൻ നോക്കിക്കോളാന്ന് പറഞ്ഞപ്പഴും അമ്മ ഒന്നും മിണ്ടീല്യാത്രെ... അതൊന്നും വേണ്ട, ആവണോടത്തോളം നമ്മള് തന്നെ അതൊക്കെ കൊണ്ട് പൊക്കോളാന്ന് മനസ്സീ പറഞ്ഞ് കാണും.

കൊച്ചിനെ വേണ്ടാന്ന് വച്ചതില് അമ്മക്ക് നല്ല വെഷമണ്ട്. ഇല്ല്യാണ്ടിരിക്കില്ല്യല്ലോ. അല്ല, അതിൽ മീനയ്ക്കും അവൾടെ വീട്ട്കാർക്കും നല്ല വെഷമണ്ടാവും. മ്മളിങ്ങനെ അന്തോം കുന്തോം ല്ല്യാണ്ടെ കെടന്ന് വടിയായാല് അവള് തന്തേല്യാത്ത കുഞ്ഞിനേം കൊണ്ട് നരകിക്കണേലും നല്ലത് അതല്ലേന്നാവും എല്ലാരും ആലോചിച്ച് ണ്ടാവുള്ളോ.

വയ്യാണ്ടേം അച്ഛൻ പണിക്ക് പോണ കാര്യം പറഞ്ഞും അമ്മ കരഞ്ഞു. അല്ലാണ്ട് എന്ത് ചെയ്യാനാണ്ന്ന്... അമ്മേടെ തൊഴിലൊറപ്പ് പണികളോണ്ടൊന്നും നടന്ന് പോണ ചെലവല്ലല്ലോ.

ഇത്ര്യൊക്കെ ആയിട്ടും മ്മളെ ഈ കെട്ടൊക്കെ മാറ്റി, സമാധാനായിട്ട് ചാവാൻ വിടാംന്ന് എല്ലാരും പറേണത് മാത്രം അമ്മയ്ക്ക് സഹിച്ചില്യ. അതൊന്ന് പറഞ്ഞ് മനസ്സിലാക്കാൻ വീട്ടീ വന്ന ശങ്കരേട്ടനേം ജോസേട്ടനേം മ്മടെ തന്തപ്പിടി നല്ല കലിപ്പില് എറക്കി വിട്ടൂത്രേ.

ജോസേട്ടൻ ആയതോണ്ട് അതൊന്നും കാര്യാക്കില്ല്യ. ന്നാലും ശങ്കരേട്ടന് അത് ഫീലായിട്ട്ണ്ടാവും. ഇനി ആ വെഷമത്തില് ശങ്കരേട്ടൻ തിരിഞ്ഞു നോക്കാണ്ടായാല്, ഹോസ്പിറ്റല് ചെലവ് ത്തിരി ടൈറ്റ് ആവുല്ലോന്ന് മ്മള് ആലോചിച്ചപ്പൊഴണ് അമ്മ കരഞ്ഞോണ്ട് ഒറക്കെ പ്രാർത്ഥിക്കാൻ തൊടങ്ങീത്.

ദൈവത്തെ വിളിച്ച് കൊറെ പരിഭവോം സങ്കടോം പറച്ചിലും യാചിക്കലും സ്തുതി ചൊല്ലലും ഒക്കെ പതിവ് പോലെ തന്നെ.

അത് കഴിഞ്ഞ്, നീണ്ട കരച്ചിലിന്റെ കൂടെ, മ്മടെ അട്ത്ത് ഹോസ്പിറ്റലില് ആണ് ഇരിക്കണേന്ന് മറന്ന് പോയ പോലെ ഇങ്ങനേം:

'ഇനി ഞങ്ങടെ മോനെ തിരിച്ച് തരാൻ ഉദ്ദേശ്യം ഇല്ലെങ്കില് ഇങ്ങനെ കെടത്തി നരകിപ്പിക്കാണ്ട് അങ്ങ് വിളിച്ചൂടെ? തിരിച്ച് തര്വാണേ എത്ര ചെലവ് വന്നാലും, എന്ത് വിറ്റിട്ടാണെങ്ക്ലും നോക്കിക്കോളാംന്ന് പലതവണ പറഞ്ഞിട്ട്ണ്ടല്ലോ... ഇത്പ്പൊ എത്ര നാള്ന്ന് വച്ചിട്ടാ? വയ്യാണ്ടായി ദൈവമേ... വയ്യാണ്ടായി, ഈ കെടപ്പ് കാണാൻ വയ്യ.

ഈ എല്ലും തോലും മാത്രായിട്ട് ഇവനെ തിരിച്ച് തന്നാലും കാര്യൊന്നും ണ്ടാവില്ലാന്നാണല്ലോ ഡോക്ടറെല്ലാം പറേണത്...

പിന്നെന്തിനാ ങ്ങനെ കഷ്ടപ്പെടുത്തുന്നേ.... ഈ ശാപത്തീന്നൊന്ന് മോചനം തായോ... ന്റെ മോനെ ഇങ്ങനെ...'

പെട്ടെന്ന് ഓടി വന്ന നഴ്സിന്റെ ചീത്തവിളിയിൽ ആ പ്രാർത്ഥന സഡൻ ബ്രേക്കിട്ടു നിന്നു. അവർ അമ്മേ പൊറത്തേക്ക് കൊണ്ട് പോയിട്ട്ണ്ടാവും...

ആർക്കും ഒരുപദ്രവോം ചെയ്യാത്ത ഒരു പാവം അമ്മേടെ കണ്ണീരും യാചനേം കേട്ടില്ലേ ന്റെ ദൈവേ... അതങ്ങട് സാധിച്ചു കൊടുത്തൂടേന്ന് ചോദിക്കണംന്നൊക്കെ തോന്നി.

ഇനി ഈ കെടപ്പോണ്ട് ആർക്കും ഉപദ്രവല്ലാണ്ട് ഒരു കാര്യോല്യ. മ്മക്ക് ജനിക്കാൻ പോണ ക്ടാവ്, അതിന്റെ അമ്മാന്നൊക്കെ ആലോചിച്ചിട്ട്ണ് മ്മക്ക് തിരിച്ചു എണീക്കണം എന്നൊക്കെ ഒരു തോന്നല് ണ്ടായിര്ന്നത്...

ഇനി ഇപ്പോ അതിന്റെ കാര്യൊന്നും ഇല്ല... പിന്നെന്തിന്ണ്?

പക്ഷേ പ്രാർത്ഥിക്കാനൊന്നും തോന്നീല്യ. അല്ലാണ്ട് തന്നെ മ്മക്ക് പോവാറായീന്നൊരു തോന്നല് ങ്ങട്ട് തലേക്കേറി. എന്താന്നൊന്നും അറീല്യ. പക്ഷെ അതൊരു വല്ലാത്ത തോന്നലായി നിന്നു.

ഒന്ന് ഫുൾ സ്റ്റോപ്പിടാറായീന്നൊരു ഉൾവിളി!

ഹെയ്... മ്മടെ ലൈഫിന് ഇട്ട് വച്ചിര്ന്ന കോമ മാറ്റി ഇനി കുത്തിട്ട് നിർത്താറായീന്ന്!

ഭാഗം മൂന്ന്

കുത്ത്
എന്ന പരിണാമം

സമ്മതം

മ്മടെ്യൊക്കെ ജീവിതം മ്മടെ റൗണ്ട് പോല്യേണ് ട്ടാ... ഹെയ്, മ്മടെ വടക്ക്ന്നാഥന്റെ ചുറ്റുള്ള റൗണ്ട്ല്ല്യേ... അതന്നേ!

തൃശ്ശൂര് ടൗണിന്റെ ഒരു കെടപ്പും റോഡ്കളും പിടിപാട്ള്ളോർക്ക് അത് സിമ്പിളണ്... ഹൈറോട്ടീക്കൂട്യോ കുറ്പ്പം റോട്ടീക്കൂട്യോ റൗണ്ടി കേറി, പോണ്ട സ്ഥലം വച്ച് നായ്ക്കനാലോ, ഷൊർണ്ണൂർ റോട്ടിലോ, ഒക്കെ തിരിഞ്ഞ് ഒറ്റ പോക്ക്...

ഇനി ദൊന്നും ഒരു പിടീം ഇല്ല്യാത്തോരാണെങ്കിലോ, ആ റൗണ്ടിക്കൂടെ ങ്ങനെ കറങ്ങന്നെ... പൊറത്തെറങ്ങാന്ള്ള ഒരു വഴി പിടികിട്ടണ വരെ.

പിന്നൊരു ഗുണണ്ട് ട്ടാ... അത് വരെ ങ്ങനെ കറങ്ങാൻ ടൗണീന്റെ നട്ക്ക് ന്നെ ഒരു റൗണ്ട്ള്ളത് നല്ലതന്നെ. വഴി തെറ്റി വെല്ലേടത്തും ചുറ്റിത്തിരിയണ്ടല്ലോ.

മ്മള് പതിവ് പോലെ മ്മടെ സ്വന്തം സ്റ്റേഷൻ റ്റ്യൂൺ ചെയ്ത് ങ്ങനെ കെടക്കുമ്പഴണ് ഇന്ന് മ്മടെ അമ്മൂമ്മേടെ വരവ്... എന്തെങ്കിലും കാണാൻ പറ്റ്ണത് സ്വപ്നത്തില് ആയതോണ്ട് ഇതും ഒരു സ്വപ്നാവും.

മുന്നിൽക്ക് മടങ്ങി കൂനി വന്ന് 'മോനേ... അമ്മുമ്മേടേ കൂടെ വര്വാ?' ന്നൊരു ചോദ്യം. ആ പഴേ ചിരിയന്നേ. കണ്ണും മൊഖോം ഒക്കെ നെറഞ്ഞ ആ പല്ലില്ലാച്ചിരി കണ്ടപ്പഴണ്, അമ്മൂമ്മ പോയേപ്പിന്നെ അങ്ങ്നെ ഒരു സ്നേഹം മ്മക്ക് കിട്ടീട്ടില്ല്യാന്ന് മനസ്സിലായേട്ടാ.

അമ്മൂമ്മേടെ കൂടെ കൈയീ പിടിച്ച് ഒരു ചെറ്യേ പെൺകുട്ടിണ്ടല്ലോ... കൊച്ച് വെള്ള ഷമ്മീസ് ഇട്ട് ഒര് ക്ടാവ്.

ഇദിപ്പൊ സ്വപ്നാണോ, ഓർമ്മയാണൊ, അതോ ഇനി മ്മക്ക് കാഴ്ച്യ്യൊക്കെ തിരികെ കിട്ട്യോന്ന് ആലോചിച്ച് ആ കൊച്ചിന്റെ മൊഖം ശരിക്കൊന്ന് കാണനേന് മുമ്പ് അച്ഛന്റെ ശബ്ദം കേട്ടത്.

അതോടെ ആ സ്റ്റേഷനീന്നും മാറി മ്മള് ഇങ്ങോട്ട് റ്റ്യൂൺ ആയി...

“ന്റെ കൈയില് ഒരു തോക്കോ മറ്റോ ണ്ടായിര്ന്നെങ്കില്... സമ്മതി ക്കില്ലായിരുന്നു ഞാൻ. നെന്നെ ങ്ങനെ ഒരു സുപ്രഭാതത്തില് പോട്ടെന്ന് വക്കാൻ... ല്ലാത്തിനേം വെറപ്പിച്ചേനെ, ഞാൻ!”

മ്മടെ അച്ഛന്റെ വെറച്ച് വെറച്ച്ള്ള ഈ ഡയലോഗ് കേട്ടപ്പോ സത്യം പറഞ്ഞാ, ഏതോ പടത്തില് മ്മടെ സലീം കുമാറേട്ടൻ കൈ യൊക്കെ പൊന്തിച്ച്, കണ്ണും തുറുപ്പിച്ച് പറേണ ഡയലോഗാണ് തിരിച്ചു പറയാൻ തോന്നിയത്: ‘എന്തിന്? എന്ത് കാര്യത്തിന്?’

ഒന്ന് മെനയ്ക്ക് ദേഹനങ്ങ്യാ കൊറേ നേരം ചൊമയ്ക്കാണ്ടിരി ക്കാൻ പോലും പറ്റാത്ത മ്മടെ തന്തപ്പിടി ഒരു തോക്കും പിടിച്ച് ബാക്കിള്ളോർമാരെ വെറപ്പിക്കണ ആ സീനാലോചിച്ചിട്ടാണെങ്കീ... ചിരിക്കാനും വയ്യ.

“നെന്നെ ഇവ്ടെ കൊണ്ട്ന്ന് രണ്ടാം നാള് ചോയിച്ചതണ് ഞാൻ ഇവറ്റകളോടൊക്കെ... കാര്യൊന്നുല്ല്യെങ്കി... വെറ്തെ കൊണ്ടാ അയ്സിയുലൊന്നും കൊണ്ടിട്ട് നരകിപ്പിക്കണ്ടാന്ന്. ഇതിന്റകത്ത് കെടക്കണത് അത്ര സൊകൊള്ള ഏർപ്പാടൊന്ന്വല്ലാന്ന് നല്ല അനു ഭവൊള്ളോണ്ട് തന്ന്യേ പറഞ്ഞേ... അന്ന് ആർക്കും അത് പറ്റീല്ല്യ.

ഇപ്പൊ ന്താവോ? നല്ല മുഹൂർത്തം വല്ലതും വന്നാ?

എല്ലാം വെറും ബിസിനസ്സണ്ന്ന്... ശങ്കരേട്ടനും കൂടി മ്മളായി ട്ടൊന്ന് എടഞ്ഞുന്ന് കണ്ടപ്പൊ ഇവന്മാർക്ക് തോന്നീണ്ടാവും... ഇനി തിന്റെ ചെലവൊക്കെ നോക്കാൻ മ്മക്ക് പാങ്ങില്ല്യാന്ന്. ചെറ്റകള്... അയിന്റേടേല് ആ പാർട്ടിക്കാര് ചെറ്റ്യോളും. അവന്മാർക്ക് നിയ്യ് ചത്തു കിട്ടിയാൽ മെച്ചായല്ലോ.”

അതു ശര്യാണല്ലോ! ആ ആംഗിള് മ്മള് ആലോചിച്ചിട്ട്ണ്ടായിര് ന്നില്ല്യാട്ടാ... പാർട്ടിക്കാരനൊന്ന്വല്ലെങ്കിലും കുത്തീത് മറ്റേ പാർട്ടി ക്കാര് ആയതോണ്ട് മ്മള് സജൂന്റെ പാർട്ടീടെ ആളായീണ്ടായീല്ലോ... ഇനിപ്പോ അത് ഒരു പടായ രക്തസാക്ഷി ആയിക്കിട്ടൂല്ലോ.

കൊറേ പൂക്കളൊക്കെള്ള കിണ്ണങ്കാച്ചി ഫ്ളെക്സ്കള് കേറും നാട്ടിൽ. കൂടെ ചെറ്യേ വല്ല രക്തസാക്ഷി സ്മാരകോ മറ്റോ കിട്ട്യാ... പൊളിച്ചു, പിന്നെ മ്മള് ഒരു സംഭവായില്ല്യേ.

കൊറച്ച് നേരം മിണ്ടാണ്ടിര്ന്നിട്ട്, എല്ലാരേം വെറപ്പിക്കാന്ള്ള കലിപ്പൊക്കെ വിട്ട് അച്ഛൻ ഒരു സെൻറി ലൈൻ പിടിക്കണ വരെ മ്മടെ മനസ്സീ അതൊക്കെ കളറായി നെറഞ്ഞ് നിന്നു.

"ചെലവ് മ്മള് കൂട്ട്യാ കൂടില്യാ... ശര്യന്നെ. ന്നാലും... എന്റേം നെന്റെ തള്ളേടേം തലേലെഴ്ത്ത്... അനുഭവിക്ക്യന്നെ! പണ്ട് നെന്റെ ഏച്ചിക്ക് സൂക്കേട് വന്നപ്പൊ... അന്നീ അയ്സിയൂം കിയ്സിയൂം കിട്ടീര്ന്നെങ്കി അവള് ചെലപ്പ രക്ഷപ്പെട്ട് പോന്നേനേന്ന് ഇപ്പ തോന്ന്വ! അവള്ണ്ടായിര്ന്നെങ്കി ചെലപ്പൊ നിന്റെ കാര്യോം അവള് നോക്ക്യേനെ... മ്മക്ക് വയസ്സ് കാലത്ത്..."

ഏച്ചി..!

മ്മക്ക് കണ്ട ഓർമ്മേം കൂടില്ല്യാതെ പഴേ ഒന്ന് രണ്ട് ഫോട്ടോകളില് മാത്രം കണ്ട്ട്ട്ള്ള സുമേച്ചി...

അമ്മുമ്മേടെ കൈ പിടിച്ച് നിന്നിര്ന്ന ക്ടാവിന് പേട്ടെന്ന് ഒരു ഫേസ് കിട്ടി.

"എന്നാപ്പിന്നെ അങ്ങന്യന്നെ... നെന്റെ അമ്മേ ഞാൻ വിളിച്ചതണ് ഇന്ന്. ഒന്നു വന്ന് നിന്നെ കണ്ട് പോവാംന്ന്. വേണ്ടാ, ഇന്നലേം കൂടി കണ്ടത് മതീന്ന് ഒരൊറ്റ പിടി... നെനക്കറ്യാല്ലോ, ഓൾടെ കാര്യങ്ങള്... ഇന്നലെ രാത്രി ജോസ് വിളിച്ചപ്പൊ മൊതല് ധ്യാനോം കൂടി ഇര്പ്പണ്. പച്ചവെള്ളം കുടിച്ച്ട്ട്ല്ല്യ... പണ്ടത്തപ്പോലെ നെഞ്ചത്തടീം ബോധം കെടലൊന്നും ഇല്ല്യ, പ്പൊ... അതന്നെ സമാധാനം... ആ... ഞാൻ പൊറത്ത്ണ്ടാവും... ന്തൊക്ക്യോ പേപ്പ്റ് ഒപ്പിട്ട് കൊടക്കാന്ണ്ട്ന്ന് പറേണ്ട്... വല്യേ വേദനേം ബുദ്ധിമുട്ടൊന്നും ണ്ടാവാണ്ട് പോവാൻ പറ്റട്ടെ, അല്ലാണ്ട്ന്താ പറയാ... ന്നും ണ്ടാവില്യ... ണ്ടാവില്ല്യ..."

വേദന്യൊന്നും അല്ലെങ്കിലും അറിയണ്ല്ല്യാന്ന് പറണായിര്ന്നു... അത്രേങ്കിലും ആശ്വാസായ്ക്കോട്ടേ ആ പാവത്തിന്. പക്ഷേ പറയാൻ പറ്റില്ലല്ലൊ!

അത് കഴിഞ്ഞ് മിണ്ടാട്ടൊന്നും ണ്ടായില്ല്യെങ്കിലും കുറച്ച് നേരം കൂടി അച്ഛൻ അവ്ടെത്തന്നെ ണ്ടായിര്ന്നുന്ന് മ്മ്ക്ക് തോന്നീട്ടാ...

അപ്പോ അമ്മ ഇനി വര്ണ്ടാവില്ല്യ. മീന വന്ന് കരച്ചിലും പിഴിച്ചിലും ഒക്കെ കഴിഞ്ഞ് പോവേം ചെയ്തു.

ഇനി വേറെ സൗണ്ട്കളൊന്നും കേക്കണ്ട... മ്മക്ക് മ്മടെ സ്വസ്ഥമായ സ്റ്റേഷന്ല്ക്ക് റ്റ്യൂൺ ചെയ്ത് പോവാം...

അവ്ടെങ്ങാനും അമ്മൂമ്മേം ഏച്ചീം ഇപ്പൊഴും ണ്ടാവോ ആവൊ... നോക്കട്ടെ...

ഇവരൊക്കെ കൂടി മ്മളെ ഓഫാക്ക്ണേന് മുമ്പന്നെ മ്മള് ഉള്ളില് ഓഫാക്കി റെഡിയാക്കി ഇരിക്കട്ടെ...

അപ്പൊ എല്ലാം പറഞ്ഞ പോലെ!

എന്തു പറഞ്ഞ പോലെ? ല്ലേ? അല്ല, ഒരു വഴിക്ക് പോവുമ്പൊ അങ്ങന്യൊക്കെ ആണല്ലോ പറയാ?

എന്നാ അങ്ങ്നെ...

എന്ന്, സ്വന്തം,

ഞാൻ.

■

പിൻകാഴ്ച

സി. രാധാകൃഷ്ണൻ

ഇതേതാണ്ട് കൂട്ട്യേ കേസാ, ട്ടാ!

പണ്ട് മലബാറിൽ അധികാരി എന്ന ഒരു ഉദ്യോഗസ്ഥൻ ഉണ്ടായിരുന്നു. പഴയ തറവാട്ടിലെ സ്ഥാനിയായ ഒരാളാണ് പതിവ്. വെള്ളക്കാർ നാടു ഭരിക്കാൻ കണ്ട സൂത്രങ്ങളിൽ ഒന്നായിരുന്നു ഇത്. കൊല്ലിനും കൊലയ്ക്കും വരെ അധികാരം ഉണ്ടായിരുന്നു അദ്ദേഹത്തിന്. ഉദ്യോഗത്തിന്റെ മറ്റൊരു പേര് വില്ലേജ് മജിസ്ട്രേറ്റ് എന്നായിരുന്നു. നാട്ടിൽ ആർക്കെങ്കിലും അപകടമരണം പറ്റിയാൽ പൊലീസ് യാദാസ്ത് തയ്യാറാക്കുന്നത് ഇയാളോട് ചോദിച്ചിട്ടാണ്.

എനിക്ക് ഓർമ്മ വയ്ക്കുന്ന കാലത്ത് എന്റെ നാട്ടിലുണ്ടായിരുന്ന അധികാരിക്ക് എഴുത്തും വായനയും അറിയില്ലായിരുന്നു. പക്ഷേ, അദ്ദേഹം അദ്ദേഹത്തിനു തന്നെ അറിയാത്ത ഭാഷയിൽ യാദാസ്ത് എഴുതി പൊലീസിന് കൈമാറും: "ഇനി നിങ്ങൾ എവടെ വേണെങ്കിലും വെട്ടീം തിരുത്തീം കുത്തീം തോണ്ടീം നേര്യാക്ക്യാ മതി, ട്ടോ."

ഈ കൃതി വായിച്ചപ്പോൾ ആ കഥാപാത്രത്തെയാണ് ഓർത്തത്. കാരണം ഉണ്ട്: മാരകങ്ങളായ കാര്യങ്ങളെക്കുറിച്ച് പറയാൻ വ്യാകരണം വേണ്ട എന്ന് പിന്നെയും കണ്ടു! കാര്യം മനസ്സിലാവാൻ ശബ്ദങ്ങൾ ധാരാളം.

അക്ഷരം പഠിച്ചു തുടങ്ങിയ കാലത്ത് ഞങ്ങൾക്കൊരു വിനോദം ഉണ്ടായിരുന്നു: അതിനു പേര് 'കുത്തും

കോമയും ഇടൽ'. സ്ലേറ്റിൽ ഒരാൾ നാലഞ്ച് അക്ഷരങ്ങൾ എഴുതുന്നു. മറ്റുള്ളവർ ഓരോരുത്തരായി അതിനോട് വള്ളി, പുള്ളി, കുത്ത്, കോമ എന്നിവ ചേർക്കണം. ഒരു വാക്ക് ഉണ്ടാക്കാൻ ഉതകുന്ന എന്തെങ്കിലും ഒരടയാളം ആദ്യം ഇടാൻ കഴിയുന്ന ആൾ ജയിക്കും.

ഇത് രണ്ടുമാണ് തൃശ്ശൂരിലെ നടപ്പ് ഭാഷ കേൾക്കുമ്പോൾ എനിക്ക് ഓർമ്മ വരാറ്. കുട്ടിക്കളിയോ തമാശയോ ആണ് എന്നേ കേൾക്കുമ്പോൾ തോന്നൂ. നർമ്മത്തിന്റെ മേമ്പൊടി സ്ഥായിയും.

അതുകൊണ്ടുതന്നെയാവാം, കാര്യമായി മാറുന്ന കളികളെക്കുറിച്ച് പറയാനും ഈ ഭാഷ അതിശക്തമായ ആയുധമാകുന്നത്. പക്ഷേ, അങ്ങനെ ചെയ്യാനുള്ള ശ്രമങ്ങൾ നമുക്ക് ഭാഷയിൽ ഏറെ ഉണ്ടായിട്ടില്ല. ഈ കൃതി ഫലപ്രദമായ ഒരു ശ്രമമാണ് അതിന്. വിജയിച്ചിരിക്കുന്നു എന്ന് സന്തോഷത്തോടെ പറയാം. ചിത്രീകരണത്തിൽ സ്വാഭാവികതയിൽ കവിഞ്ഞ ഭാവധ്വനിയാണ് ഉപലബ്ധം.

വെറുപ്പും വിദ്വേഷവും പകയും സങ്കടവും നിറഞ്ഞു നിൽക്കുന്ന ഒരു ജീവിതപരിസരം. ആ കൂടാരത്തിനകത്തെ അന്തമില്ലായ്മയെ ബഫൂൺ വേഷം കെട്ടിച്ച് അവതരിപ്പിക്കുന്നു. കരയുകയും, ഒപ്പം ചിരിക്കുകയും ചെയ്യുന്ന കഥനം.

സ്നേഹത്തോടെയും സന്തോഷത്തോടെയും കളിതമാശ പറഞ്ഞ് രസിക്കാനുള്ള ഒരു ഭാഷ ദുരന്താവസ്ഥയുടെ ആഘാതം കൈമാറാൻ ഉതകുന്നതെങ്ങനെ എന്നു കണ്ടറിയുക.

ശുദ്ധജലത്തിൽ ആരോ ദുഷ്ടതയുടെ വിഷം വളമായി വീഴ്ത്തി മഹാമാരണം വിതച്ച് സ്വാർത്ഥം കൊയ്യുമ്പോഴും നറുചിരിയോടെയേ കരയുന്നുള്ളൂ ഈ കഥനം!

കുത്ത്, ജീവിതത്തിനറ പൂർണ്ണവിരാമമാകാം. വെട്ടുകൊണ്ട് എഴുത്തിന് അക്ഷരഭംഗം മാത്രമേ വരൂ. ജീവിതത്തിന്റെ കഴുത്തറ്റു പോകാം. എഴുത്തിൽ വേണ്ടാത്ത

നേരത്തും ഇടത്തും കോമ വന്നാലും വലിയ കുഴപ്പമില്ല. പക്ഷേ ജീവിതത്തിൽ വന്നാൽ പൂർണ്ണവിരാമത്തേക്കാൾ വലിയ സങ്കടം.

വേദനയൊന്നും അറിയാത്ത, പക്ഷേ, സുബോധ മുള്ള, അവസ്ഥയിൽ പാതിജീവനായി കിടക്കുന്ന ഒരു 'ഭാഗ്യവാ'ന്റെ കഥയാണ് ഇത്. കഥയിലെ ഭാവതലം ഏതെന്ന് ചോദിച്ചാൽ 'ശോകഹാസം' എന്ന് പറയേണ്ടി വരും.

പാട്ട് എഴുതുകയും പാടുകയും ഓടക്കുഴൽ വായി ക്കുകയും കഥ പറയുകയും എല്ലാം ചെയ്യുന്ന കമ്പ്യൂട്ടർ എൻജിനീയർ കൂടിയായ ഒരാളുടെ ശ്രദ്ധേയമായ സൃഷ്ടി യാണ് ഇത്. ഗൗരവമുള്ള ലേഖനങ്ങളും വിമർശങ്ങളും എഴുതാറുണ്ട് ഇദ്ദേഹം. പക്ഷേ, ഈ അവസരത്തിൽ എടുത്തു പറയേണ്ട കാര്യം ഇദ്ദേഹം കുട്ടികൾക്ക് വേണ്ടി കഥകൾ എഴുതുന്നു എന്നതാവാം. കാരണം, ഇത് ആ 'ലെവ'ലിൽ ഉള്ള ഒരു 'പൂശാ'ണ്.

കുട്ടികളായിരിക്കേ നാമൊക്കെ മുതിർന്നവരായി കളി ച്ചിട്ടുണ്ട്. പക്ഷേ, മുതിർന്നവരായ നാം കുട്ടികളായി കളി ക്കാറുണ്ടോ? തീർച്ചയായും ഉണ്ട്: അപ്പോഴാണ് കുത്തും കോമയും ഒക്കെ മർമ്മഭേദകങ്ങൾ ആകുന്നത്. കളിയുടെ പേര് വർഗ്ഗസമരം എന്നോ പ്രത്യയശാസ്ത്രം എന്നോ എന്തും ആകാം. പക്ഷേ, കളിക്കുന്നത് പുരുഷന്മാർ ആണെ ങ്കിൽ അമ്മയ്ക്കും പെങ്ങന്മാർക്കും മാത്രം നഷ്ടം.

ഒരു അമ്മ ഏറെക്കാലം പാലൂട്ടി ആറ്റുനോറ്റു വളർ ത്തിയ ഒരാൾക്ക് സ്വർഗ്ഗാരോഹണത്തിന് ഒരു കുത്തു മതി. കഴുത്തിന് ഒരു വെട്ടായാൽ കൂടുതൽ എളുപ്പം. അല്ല, ജീവിതത്തിനും മരണത്തിനും ഇടയ്ക്ക് ത്രിശങ്കുവിൽ കുടുങ്ങിപ്പോയാൽ എടുക്കാനും വെക്കാനും ഒടുക്കാനും കഴിയാതെ പരവേശപ്പെടുന്നതും ഉറ്റവരും ഉടയവരും മാത്രം. പട്ടടയിലേക്ക് എടുക്കുമ്പോൾ പുതപ്പിക്കാൻ നിറ മുള്ള ഒരു തുണി മാത്രം ഉറപ്പ്. ഈ ഭ്രാന്തിനെക്കുറിച്ച് ആലോചിക്കുമ്പോൾ ചിരിക്കുകയല്ലാതെ എന്ത് ചെയ്യും. പക്ഷേ ഒപ്പം കരയാതിരിക്കാനും വയ്യല്ലോ.

വേദനയറിയാതെ നടത്തപ്പെടുന്ന ഒരു ശസ്ത്രക്രിയ യാണ്, ഓരോ വാക്കും വളരെ ശ്രദ്ധിച്ച് കുറിച്ച ഈ പുസ്തകം.

വേറെ പലതും കൂടിയാണ് എന്ന് വായിക്കുന്നവരിൽ പലർക്കും തോന്നാം.

അല്ല, തോന്നും, തോന്നണം...

സി. രാധാകൃഷ്ണൻ